Little Master'S English - Telugu Dictionary

SK Venkata Charyulu

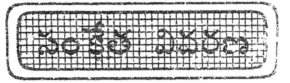

సంకేత వివరణ

a.	adjective
adv.	adverb
conj.	conjunction
interj.	interjection
n.	noun
p.	preposition
pro.	pronoun
v.	verb
v.i.	intransitive verb
v.t.	transitive verb

A

a .(a) ఒక, ఏదైనఒక
aback (adv) వెనుకకు
abacus .(n) పూసలచట్రము
abandon .(v t) విడిచిపెట్టు
abase ·(v t.) నీచపఱచు
abash ·(v t) సిగ్గుపుట్టించు
abate ·(v t) తగ్గించు
abbey .(n) మఠము; ఆశ్రమము
abbot ·(n.) మఠాధిపతి
abbreviate (v.t) సంక్షేపముచేయు
abdicate (v t) పరిత్యజించు
abdomen ·(n) కడుపు;ఉదరము
abduct (v t) బలాత్కారముగా తీసికొనిపోవు
abet :(v t) పురిగొలుపు
abeyance ·(n) నిలుపుదల
abhor .(v.t) అసహ్యపడు
abide (v t.) నివసించు;ఉండు
ability ·(n) శక్తి; సామర్థ్యము
abject ·(a) నీచమైన
able (a) శక్తిగల
ablution .(n) స్నానము
abnormal .(a) అస్వాభావికమైన
abode ·(n.) నివాసస్థలము
abolish :(v t.) రద్దుపఱచు
abominable :(a) అసహ్యమైన
aboriginal :(a) ఆదిమమైన
abortion ·(n) గర్భస్రావము
abortive :(a) నిష్ఫలమైన
abound (v i.) విస్తారముగా నుండు
about.(adv) సుమారు; (p.) గుఱించి
above ·(p & adv.) మీద
abridge ·(v.t) సంక్షేపము చేయు
abroad .:(adv) విదేశములో
abrogate (v.t.) రద్దుచేయు
abrupt (a) ఆకస్మికమైన
absent ·(a) హాజరులేని
absolute :(a) సంపూర్ణమైన
absolve ·(v.t.) విమోచనముచేయు
absorb .(v t) పీల్చు
absorption ·(n.) పీల్చుట;శోషణము; ఒంటబట్టుట
abstain :(v i.) మానుకొనియుండు
abstract .(n.) సంగ్రహము; (a) ఆకారము లేని
absurd .(a) అసంగతమైన
absurdity ·(n.) వైపరీత్యము
abundant :(a) విస్తారమైన
abuse (v.t) దూషించు
abyss (n.) అగాధము
academy :(n.) విద్వత్సభ
accede (v t.) సమ్మతించు
acceleration :(n) త్వరణము
accent (n) నొక్కి ఉచ్చరించుట
accept .(v.t.) అంగీకరించు; పుచ్చుకొను
access :(n.) ప్రవేశము
accession :(n.) చేరుట
accident (n.) అపాయము;దైవికము
accidental .(a.) ఆకస్మికమైన
acclaim ·(v t) శ్లాఘించు
accommodation (n.) వసతి
accompany (v t.) అనుసరించు
accomplice :(n.) సహకారి
accomplish ·(v.t.) నెఱవేర్చు

accord (n.)సమ్మతి
accordingly :(adv.)ఆ ప్రకారముగా
account :(n.)జమాఖర్చుపట్టీ
accountant :(n.)లెక్క వ్రాయువాడు
accrue :(v.i.)అధికమగు
accumulate :(v.t.)కూడబెట్టు
accurate (a.)కచ్చితమైన
accuse :(v.t.)నేరము మోపు
accustomed :(a.)అలవాటు గల
ache (a.)నొప్పి; పోటు
achieve .(v.t.)సాధించు
achievement :(n.)సాధించుట
acid :(n.)ఆమ్లము
acknowledge :(v.t.)ఒప్పుకొను
acquaint (v.t.)తెలియజేయు
acquainted .(a.)పరిచయము గల
acquaintance (n.)పరిచయము; పరిచయస్థుడు
acquire :(v.t.)సంపాదించు
acquit (v.t.)విడుదల చేయు
across :(p & adv.)అడ్డముగా
act .(n.)పని; చట్టము;నాటకములోని అంకము(v.t.)ప్రవర్తించు;ప్రదర్శించు; చేయు
action (n.)కార్యము; వ్యాజ్యెము
active :(a.)చురుకైన
actor (n.)నటుడు; కర్త
actress :(n.)నటి
actual :(a.)వాస్తవమైన
acumen (n.)సూక్ష్మబుద్ధి
acute :(a.)వాడియైన; లఘు
adamant (a.)లొంగని
adapt (v.t.)అనుకూలపరచు

add .(v.t.)చేర్చు; కలుపు
addition :(n.)కూడిక; సంకలనము
address (v.)పిలుచు; మాటలాడు (n.)పైవిలాసము; ప్రసంగము
adept .(n.)పారంగతుడు
adequate :(a.)తగిన; చాలినంత
adhere .(v.t.)అంటుకొను
adhesive (a.)అంటుకొనెడు
adjacent .(a.)ప్రక్కనున్న
adjective :(n.)విశేషణము
adjourn :(v.t.)వాయిదావేయు
adjudge :(v.t.)తీర్పుచెప్పు
adjust .(v.t.)సరిపుచ్చు
administration (n.)పరిపాలనము
admiration :(n.)మెచ్చుకొనుట; ప్రశంస
admire (v.t.)మెచ్చుకొను
admission .(n.)ప్రవేశము
admonish .(v.t.)బుద్ధిచెప్పు
ado :(n.)అల్లరి
adolescence .(n.)యౌవనము
adopt .(v.t.)దత్తుతీసికొను; అవలంబించు
adoption :(n.)దత్తు
adore :(v.t.)ఆరాధించు
adorn .(v.t.)అలంకరించు
adult .(n.)వయోజనుడు
adulterate .(v.t.)కల్తీ చేయు
advance .(n.)ముందుగాఇచ్చుసొమ్ము
advantag (n.)లాభము
advent :(n.)రాక
adventure :(n.)సాహసకృత్యము
adverb :(n.)అవ్యయము

adversary :(n)విరోధి
adverse (a)విరుద్ధమైన
adversity (n)దుర్దశ
advertise :(v t)ప్రకటన చేయు
advice :(n)సలహా
advise (v t)సలహాచెప్పు
advocate .(n)న్యాయవాది
aerodrome :(n)విమానాశ్రయము
aeroplane (n)విమానము
affair (n)పని;వ్యవహారము
affect :(v)బాధించు
affection :(n)ప్రేమ; దయ
affectionately .(adv)ప్రేమతో
affinity .(n)సంబంధము
affirmative .(a.)భావార్థకమైన
affix :(v.t)అంటించు
afflict :(v.t)బాధించు
affluent :(a.)సంపద గల
affoi d :(v.t)ఇచ్చు
affront .(n.)అవమానము
afloat .(adv.)తేలుచు
afraid (a)భయపడిన
afresh .(a)తిరిగి; క్రొత్తగా
after :(p & adv.)తరువాత
again .(adv)తిరిగి
against :(p)ప్రతికూలముగా
age (n.)వయస్సు; కాలము
agenda .(n.)కార్యక్రమము
agitate :(v)కలవరపెట్టు
ago (adv.)పూర్వము
agony (n)వేదన
agree (v t)అంగీకరించు
agreement :(n)ఒడంబడిక; అంగీకారము
agriculture :(n)వ్యవసాయము
aid :(n)సాహాయ్యము
ailment :(n)రోగము
aim (n)లక్ష్యము;గురి;ఉద్దేశ్యము
air (n)గాలి; ఆకారము
alarm :(n.)భయము
alas (interj.)అయ్యో!
alien (n)విదేశీయుడు
alike (a.)పోలియున్న
alimentary (a)ఆహారసంబంధమైన
alimony :(n)మనోవర్తి
alive (a.)జీవముతోనున్న
alkali .(n)క్షారము
all :(n)అందరు; అన్ని
alliance :(n)బంధుత్వము
allot .(v.t)వంతులు వేయు
allow (v.t)అనుమతించు
alloy (n)మిశ్రమలోహము
ally (n)స్నేహితుడు
almighty (n.)దేవుడు
almost :(a)దాదాపుగా
alms (n)భిక్షము; ధర్మము
aloud (adv.)గట్టిగా
alphabet :(n)అక్షరమాల
already (adv.)ఇదివరకే
also (adv)కూడ; ఇంకను
alter :(v.t.)మార్చు
although .(conj)అయినప్పటికి
altitude (n.)ఎత్తు
alum (n)పటిక
always :(adv)ఎల్లప్పుడు

amass :(v t)చేర్చు; కూడబెట్టు
amaze :(v.t)ఆశ్చర్యముకలుగజేయు
amazement :(n)ఆశ్చర్యము
ambassador (n.)రాయబారి
ambiguous .(a)రెండర్థములుకల
ambition :(n.)ఆశ; అత్యాశ
amend .(v.t)సవరించు
amiable :(a)ప్రేమింపదగిన
amicable .(a.)స్నేహము గల
amidst (p.)మధ్య; నడుమ
amount .(n.)మొత్తము
amuse :(v.t)ఉల్లాసపఱచు
an :(a)ఒక
anaemia ·(n)రక్తహీనత
analysis ·(n.)విభజన;విశ్లేషణ
anarchy :(n)అరాజకము
ancestor ·(n.)పూర్వికుడు
ancient (a)పురాతనపు
and :(conj.)మఱియు
anecdote :(n)ముచ్చట; కథ
angel ·(n)దేవదూత
anger (n.)కోపము
angle .(n.)కోణము;మూల
angry :(a.)కోపముగల
anguish (n.)బాధ
animal ·(n.)జంతువు
animate ·(a.)ప్రాణము గల
annals :(n)చరిత్ర
annex .(v t.)కలుపుకొను
anniversary ·(n.)వార్షికోత్సవము
annotation ·(n.)టీక
announce :(v.t)ప్రకటించు
anomaly :(n.)వైపరీత్యము
another (a.)మఱియొక
answer (n.)జవాబు
ant .(n.)చీమ
anthem .(n)గీతము
antipathy .(n.)విరోధము
antiseptic :(a)కుళ్ళిపోకుండచేసెడు
antonym ·(n)వ్యతిరేకార్థముగలపదము
anus .(n.)గుదము; పాయువు
anvil (n)దాగలి
anxious .(a)ఆతురముగానున్న
any :(a)ఏదైనను
anybody .(n)ఎవడో ఒకడు
apart (adv.)ప్రత్యేకముగా
apathy (n.)ఔదాసీన్యము
ape ·(n)తోకలేని కోతి
apology (n)క్షమాపణ
apparent (a)కనబడుచున్న
appeal (n)ప్రార్థన; ఫిర్యాదు
appear .(vi)కనబడు
appease (v.t.)శాంతింపజేయు
appendix (n)అనుబంధము;ఉండుకము
appetite .(n.)ఆకలి
applaud :(v t.)మెచ్చుకొను
apple (n)ఆపిల్ పండు
application :(n.)దరఖాస్తు
apply :(v.i)దరఖాస్తుచేయు
appoint ·(v.t)నియమించు;ఉద్యోగమిచ్చు
appointment :(n.)నియమించుట; ఉద్యోగము
apportion (v.t.)పంచియిచ్చు
apposition :(n)పొందిక; అన్వయము
appraise ·(v.t.)వెలనిశ్చయించు
appreciate :(v.t.)గుణము గ్రహించు

apprehend ·(v t)పట్టుకొను; కలుగునని భయపడు
apprehension (n.)పట్టుకొనుట
apprentice .(n.)పనినేర్చుకొనువాడు
apprise (v t)తెలియజేయు
approach :(v.t.)సమీపించు
approachable ·(a)దగ్గరకు పోదగిన
approbation .(n)అంగీకారము, మెప్పు
appropriate ·(a)తగిన (v.t)తానుఉపయోగించుకొను
appropriation :(n.)ఉపయోగించుకొనుట
approvable .(a.)ఒప్పుకొనదగిన
approval (n)అంగీకారము
approve (v.t.)అంగీకరించు
approver (n)నిజమును ఒప్పుకొని సాక్షిగా మారిన నేరస్థుడు
approximate .(a.)సుమారు
appurtenance (n.)ఉపకరణము
apricot (n.)జల్దరు పండు
April ·(n)ఏప్రిలు
apron .(n.)బట్టలు మురికి కాకుండ ముందట కట్టుకొను గుడ్డ
apropos (adv.)అభిప్రాయానుసారముగా
apt :(a.)తగిన
aptitude :(n.)అభిరుచి
aptness ·(n.)తగియుండుట
aqua :(n)జలము
aquarium (n.)జలచరములనుంచుస్థలము
Aquarius :(n.)కుంభరాశి
aqueduct :(n.)కాలువ
aquiline .(a.)వంగిన
arabesque ·(a)చిత్రవిచిత్రమైన
arable .(a.)దున్నదగిన
arbiter ·(n)మధ్యవర్తి
arbitrary ·(a)నిరంకుశమైన;అకారణమైన
arbitrate (vt & vi)మధ్యస్థముచేయు
arbitration (n)మధ్యస్థము
arbitrator (n)మధ్యవర్తి
arboreous :(a.)వృక్షసంబంధమైన
arbour ·(n.)పొదరిల్లు
arc ·(n)చాపము
arcade .(n.)పంచపాళి
arch :(n)ధనురాకారము; వంపు
archaic (a)ప్రాచీనమైన
archaeology :(n)పురాతనవస్తు శాస్త్రము
archer (n.)విలుకాడు
archery :(n.)విలువిద్య
architect :(n.)శిల్పి
architecture (n.)వాస్తుశాస్త్రము; శిల్ప శాస్త్రము
archives (n.)ప్రాచీనపు దస్తావేజులు
ardent (a)పట్టుదలగల
ardently :(adv.)పట్టుదలతో
ardour :(n.)పట్టుదల
arduous (a.)కష్టమైన
are :(v.i.)ఉన్నాము;ఉన్నారు;ఉన్నవి
area (n)విస్తీర్ణము; స్థలము
areca (n.)పోకచెట్టు
arena ·(n)రంగపుబయలు
arenaceous :(a)ఇసుకసంబంధమైన
argent :(n.)వెండి
argue :(vi)వాదించు

arguer :(n.)వాదించెడువాడు
argument :(n.)వాదము;కారణము
arid .(a.)ఎండిపోయిన
aridity :(n.)ఎండిపోయిన స్థితి
Aries :(n.)మేషరాశి
aright :(a.)తిన్నగా
arise :(v.i.)లేచు; ఉదయించు
aristocracy :(n.)ప్రభువర్గ పరిపాలనము
aristocrat :(n.)ప్రభువు; కులీనుడు
arithmetic .(n.)అంకగణితము
arithmetician :(n.)అంకగణితజ్ఞుడు
arm (n.)చేయి; కొమ్మ; ఆయుధము
armada :(n.)యుద్ధనౌకల గుంపు
armament :(n.)యుద్ధసామగ్రి;సైన్యము
armature (n.)కవచము
armchair :(n.)చేతులకుర్చీ
armed :(a.)ఆయుధములు ధరించిన
armistice :(n.)కొలదికాలమువఱకుసంధి
armour .(n.)కవచము
armourer .(n.)ఆయుధములుచేయువాడు
armoury :(n.)ఆయుధశాల
armpit :(n.)చంక
arms :(n.)కులచిహ్నములు
army .(n.)సైన్యము;కాల్బలము
aroma :(n.)సువాసన
around .(p & adv.)చుట్టును
arouse .(v.t.)లేపు; ప్రేరేపించు
arrack :(n.)సారాయి
arraign :(v.t.)తప్పు మోపు
arrange :(v.t.)ఒకపద్ధతిగా పెట్టు;సవరించు
arrangement :(n.)ఏర్పాటు;పరిష్కారము
arrant :(a.)దుష్టమైన
array :(n.)వ్యూహము
arrears :(n.)బాకీ; నిలువ; శేషము
arrest .(v.t.)అదుపులోనికితీసికొను; నిలుపు
arrestable :(a.)ఆపదగిన
arride (v.t.)సంతోషపెట్టు
arrival (n.)ప్రవేశము, రాక
arrive :(v.i.)ప్రవేశించు; వచ్చి చేరు
arrogance .(n.)గర్వము
arrogant (a.)గర్వముకల
arrow .(n.)బాణము
arsenal :(n.)యుద్ధశాల
arsenic :(n.)పాషాణము
arsenical .(a.)విషసంబంధమైన
arson .(n.)గృహదహన నేరము
art .(n.)నేర్పు; కళ, శిల్పము
artery (n.)ధమని
artful (a.)నేర్పుగల, కపటమైన
artfully .(adv.)నేర్పుగా;కపటముగా
artfulness .(n.)కాపట్యము
article (n.)పదార్థము;సంగతి;నిబంధన
articular .(a.)కీళ్లసంబంధమైన
articulation : (n.)ఉచ్చారణ
artifice . (n.)యుక్తి;తంత్రము
artificer : (n.)శిల్పి
artificial :(a.)కల్పితమైన
artillery :(n.)ఫిరంగులు
artist :(n.)చిత్రకారుడు;శిల్పి
artless :(a.)నిష్కపటియైన;మోటు
artware .(n.)శిల్పపు పనులు
as :(adv. & conj.)వలె; కనుక
asafoetida .(n.)ఇంగువ

asbestos :(n.)జాతినార
ascend :(vt & vi)ఎక్కు; ఎగురు
ascendency .(n.)ప్రాబల్యము
ascent .(n)ఎక్కుట
ascertain (vt)నిజముతెలిసికొనుట
ascetic (n)సన్యాసి
asceticism .(n)వైరాగ్యము
ascribe .(v t.)ఆరోపించు
ascription (n)ఆరోపణ
ashamed :(a.)సిగ్గుపడిన
ashes .(n.)బూడిద
ashore (adv)గట్టున; దరికి
ashy .(a)పాలిపోయిన
aside (adv)ప్రక్కకు;ప్రక్కను
ask .(v t.)కోరు; ప్రశ్నించు
askance .(adv)ఓరగా
asleep (adv.)నిద్రపోవుచు
asp :(n)ఒకజాతివిషసర్పము
aspect .(n.)ఆకారము; అవస్థ
asperity .(n.)కఠినకుదనము
aspersion :(n.)దూషణ
aspirant .(n)ఆశించువాడు
aspiration :(n)ఆశ; కోరిక
aspire (v.t)ఆశపడు; కోరు
ass :(n)గాడిద
assail .(v.t.)పైబడు
assailant :(n.)పైబడువాడు
assassin :(n.)హంతకుడు
assault :(n)పైబడుట;దౌర్జన్యము
assemble :(v.t.)కూర్చు;(v.i.)కూడు
assembly .(n)సభ;సమూహము
assent :(n)అంగీకారము;సమ్మతి
assert (v t.)స్థిరముగా చెప్పు
assertion :(n)చెప్పబడినది
assess :(v t)మదింపుచేయు
assessor :(n.)మదింపుచేయువాడు
assets .(n.)ఆస్తి
asseverate :(v t)నిజమును తెలుపు
assiduity :(n) శ్రద్ధ; ఆసక్తి
assiduous .(a)శ్రద్ధ; ఓపిక గల
assign .(v t)నియమించు; ఇచ్చివేయు
assignment :(n)నిర్ణయము;ఇచ్చివేయు
assimilate :(v t)జీర్ణము చేసికొను
assist :(v.t & v.i)సహాయము చేయు
assistance :(n.)సాహాయ్యము
assistant .(n.)సహాయుడు
assize :(n)న్యాయసభ
associate (v.t.)సహవాసము చేయు
association :(n)సహవాసము, సభ
assort (v t)తరగతులుగా విభజించు
assuage .(v.t.)ఉపశమనము చేయు
assume (v t)పూను; అనుకొను
assuming :(a)గర్వియైన
assurance .(n)నమ్మిక; నిశ్చయము
assure :(v.t)నమ్మించు
assuredly (adv.)నిశ్చయముగా
asterisk :(n)*గుఱుతు
asterism :(n.)స్థిరమైన నక్షత్రసమూహము
astern :(a.& adv.)ఓడకు వెనుకతట్టున
asthma (n.)ఉబ్బసము
astonish .(v.t.)ఆశ్చర్యపఱచు
astray :(adv)త్రోవతప్పి;తప్పుదారిలో
astrologer (n.)జ్యోతిష్కుడు
astrology (n.)జ్యోతిషము
astronomer :(n)ఖగోళశాస్త్రజ్ఞుడు

astronomy :(n.)ఖగోళశాస్త్రము
astute .(a.)సూక్ష్మబుద్ధి కల
asylum .(n.)ఆశ్రయము
at :(p.)వద్ద
atheism :(n.)నాస్తికమతము
atheist .(n.)నాస్తికుడు
athlete :(n.)జెట్టి; మల్లుడు
athletics .(n.)సాము; కసరతు
atlas .(n.)పటముల పుస్తకము
atmosphere :(n.)వాతావరణము
atom :(n.)పరమాణువు; లేశము
atone :(a.)ప్రాయశ్చిత్తము చేయు
atrocious .(a.)ఘోరమైన
attach :(v.t.)అంటించు; జప్తుచేయు
attachment.(n.)స్నేహము;ప్రేమ;జప్తు
attack :(v.t.)పైబడు
attain :(v.t. & v.i.)పొందు
attempt.(v.t.)ప్రయత్నించు(n.) ప్రయత్నము
attend :(v.t.)హాజరగు
attendance .(n.)హాజరగుట
attention (n.)శ్రద్ధ
attentive :(a.)శ్రద్ధగల
attestation .(n.)సాక్ష్యము
attestor :(n.)సాక్ష్యము చెప్పువాడు
attic .(n.)మిద్దె; అటక
attire :(n.)దుస్తులు
attitude :(n.)వైఖరి; అభిప్రాయము
attorney :(n.)వకీలు; ముక్త్యారు
attract .(v.t.)ఆకర్షించు
attribute :(v.t.)ఆరోపించు;(n.)గుణము; స్వభావము
attrition :(n.)పశ్చాత్తాపము; రాపిడి
auction (n.)వేలము
audacious (a.)సిగ్గుమాలిన;సాహసము గల
audacity .(n.)సిగ్గుమాలినతనము; సాహసము
audible :(a.)వినబడునట్టి
audience (n.)వినువారు
audit .(v.t.)లెక్క విమర్శించు
auditor .(n.)జమాఖర్చు లెక్క విమర్శించువాడు
aught (n.)ఏదో ఒకటి
augur .(v.t.)సోదె చెప్పు
augury :(n.)సోదె
august :(a.)ఘనమైన
August .(n.)ఆగస్టు
aunt .(n.)అత్త; మేనత్త; పినతల్లి; పెత్తల్లి
auricle :(n.)కర్ణిక
aurora (n.)అరుణోదయము
auspices :(n.)ప్రాపు; ఆశ్రయము
auspicious :(a.)శుభప్రదమైన
austere (a.)కఠినమైన
austerity :(n.)కాఠిన్యము
authentic :(a.)నిజమైన; ప్రామాణికమైన
authenticity :(n.)నిజము
author .(n.)రచయిత
authoress :(n.)రచయిత్రి
authority .(n.)అధికారము; ప్రమాణము
authorize :(v.t.)అధికారమిచ్చు
autobiography :(n.)స్వీయచరిత్ర
autocrat (n.)నిరంకుశ ప్రభువు

autocratic .(a)నిరంకుశాధికారముగల
autography .(n)స్వహస్తలిపి
automatic .(a)తనంతటతానే తిరిగెడు
autonomy :(n.)స్వపరిపాలనము
autumn .(n)ఆకురాలుకాలము
auxiliary .(a)సహాయకమైన
avail :(v t)ఉపయోగించుకొను
available (a)ఉపయుక్తమైన; దొరకెడు
avarice .(n)అత్యాశ, లోభము
avaricious .(a.)అత్యాశగల; లోభియైన
avenge .(v t)పగతీర్చుకొను
average .(n & a)సగటు, సరాసరి
averse (a)ఇష్టములేని
aversion :(n)అయిష్టము; అసహ్యము
avert .(v.t)నివారించు
avid .(a)అత్యాశగల
avidity :(n.)అత్యాశ
avocation .(n)వ్యాపారము; వృత్తి
avoid .(v.t.)తప్పించుకొను
avoidable (a)తప్పించుకొనదగిన
avow (a.)ఒప్పుకొను
avowal .(n.)ఒప్పుకొనుట
await .(v t)నిరీక్షించు
awake (a)మేలుకొనియున్న
award (n.)తీర్పు; బహుమానము
aware (a.)ఎఱిగిన
away :(adv.)దూరముగా
awe :(n)భక్తిపూర్వకభయము
awful :(a)భక్తిపూర్వకభయముకల
awhile .(adv.)కొంచెముసేపు
awkward (a)వికారమైన; నేర్పులేని
awry :(a & adv)వంకరమైన
axe (n.)గొడ్డలి
axiom (n)ప్రత్యక్ష సత్యము
axis (n.)ఇరుసు; అక్షము
axle (n)ఇరుసు
ayah .(n)దాది
azure .(n. & a)నీలవర్ణము

B

baa .(n)గొఱ్ఱె అఱుపు
babble (v t)వదరు
babe .(n)చంటిబిడ్డ
babel (n)కలవరము
baby .(n)చంటిబిడ్డ
babyhood :(n)పసితనము
babysh .(a)బాల్యపు
bachelor (n.)బ్రహ్మచారి
back .(n)వీపు; వెనుకభాగము(adv.)వెనుకకు; తిరిగి
backbite (v t. & vi)చాడీచెప్పు
backbiter :(n.)చాడీలుచెప్పువాడు
backbone .(n.)వెన్నెముక
backdoor .(n.)రహస్యమార్గము
background :(n)పూర్వరంగము
backing (n.)మద్దతు
backside :(n.)వెనుకప్రక్క
backslide .(v i.)వెనుకకుదీయు
backward .(a.)మందమైన; అనిష్టమైన; వెనుకబడిన
backwards (adv)వెనుకకు
backwater :(n.)ఉప్పుటేఱు; కయ్య
backyard :(n.)పెరడు

bacon : (n.) ఉప్పు వేసిన పంది-మాంసము
bacteria : (n.) సూక్ష్మజీవులు
bad : (a.) చెడ్డ, హానికరమైన
badge : (n.) గుఱుతు, చిహ్నము
badger : (n.) నీటికుక్క
badly : (adv.) మిక్కిలి
baffle : (v.t.) గాబరాపెట్టు
bag . (n.) సంచి
baggage : (n.) సామానులు
bail : (n.) పూచి, జామీను (v.t.) జామీనుపై విడుచు
bailbond : (n.) జామీనుపత్రము
bailiff : (n.) అమీనా
bairn . (n.) శిశువు
bait : (n.) ఎర
baize : (n.) గొంగళి
bake : (v.t.) రొట్టెకాల్చు
baker : (n.) రొట్టెలు కాల్చువాడు
bakery : (n.) రొట్టెల అంగడి
balance : (n.) త్రాసు, మిగిలినది
balcony : (n.) మేడముందరి వసారా
bald : (a.) వెంట్రుకలూడిపోయిన
baldhead : (n.) బట్టతలవాడు
bale : (n.) బస్తా, మూట, విపత్తు
baleful : (a.) హానికరమైన
balk : (n.) ఆశాభంగము
ball . (n.) బంతి, నాట్యము
ballad · (n.) జానపదగీతము
balloon : (n.) పొగగుమ్మటము
ballot : (n.) ఓటుచీటి
ballroom : (n.) నాట్యశాల
balm : (n.) లేపము, తైలము
balmy : (a.) పరిమళముగల

bamboo : (n.) వెదురు, బొంగు
bamboowork : (n.) మేదరపని
bamboozle : (v.t.) వంచనచేయు
bamboozlement : (n.) వంచన
ban : (n.) నిషేధము (v.t.&v.i.) నిషేధించు
banana : (n.) అరటిచెట్టు లేక పండు
band : (n.) నాడా, కట్టు, జట్టు
bandage : (n.) కట్టు
bandicoot : (n.) పందికొక్కు
bandit : (n.) బందిపోటుదొంగ
bandog : (n.) పెద్దవేటకుక్క
bandy : (n.) బండి
bandy-legged : (a.) దొడ్డికాళ్లుగల
bane : (n.) విషము, చేటు
baneful : (a.) హానికరమైన
bang : (n.) దెబ్బ, ధ్వని
bangle : (n.) మురుగు, గాజు
banish : (v.t.) దేశబహిష్కారము
banishment : (n.) దేశబహిష్కారము
bank : (n.) బ్యాంకు, గట్టు
banker (n.) వడ్డీకి అప్పు ఇచ్చువాడు
bankrupt : (a.) దివాలా ఎత్తిన
bankruptcy : (n) దివాలా
banner : (n.) ధ్వజము, జెండా
banquet : (n.) విందు
banter : (n.) పరిహాసము
banyan : (n.) మఱ్ఱిచెట్టు
baptism . (n.) జ్ఞానస్నానము
bar : (v.t.) ఆటంకపఱచు
barbarian : (n.) అనాగరకుడు
barbarity : (n.) అనాగరకత
barbarous : (a.) అనాగరకమైన

barber (n.) మంగలి
barbican (n.) కోటబురుజు
bard : (n.) కవి
bare . (a.) కేవలమైన; దిగంబరమైన
barefaced : (a.) సిగ్గుమాలిన
barefoot : (adv.) చెప్పులు లేకుండ
barely . (adv) బొటాబొటిగా
bargain . (n.) బేరము, ఒడంబడిక
barge : (n.) పెద్ద పడవ
bark : (n) చెట్టుపట్ట (v) అఱచు, మొఱుగు
barley : (n.) యవలు
barn · (n.) ధాన్యపుకొట్టు
barometer · (n.) భారమితి
baron : (n.) జమీందారు
barrack : (n) బారకాసు
barrage : (n.) ఆనకట్ట
barrel : (n.) పీపాయి
barren . (a.) ఫలింపని, గొడ్డైన
barricade : (n.) అడ్డుకట్ట
barrier : (n.) అడ్డు
barrister · (n.) వకీలు
barter : (n.) వస్తువినిమయము
base · (n.) ఆధారము, అడుగు (n.) ఆధారపడు (a.) నీచమైన
baseless : (a.) నిరాధారమైన
basement : (n.) మూలము
bashful : (a.) బిడియముగల
basic : (a) మూలమైన, ఆధారమైన
basin : (n) పళ్లెము
basis : (n) పునాది, ఆధారము
basket : (n.) బుట్ట, గంప
bastard : (n.) జారజుడు
bastille : (n.) చెఱసాల
bastion : (n.) కోటబురుజు
bat : (n.) గబ్బిలము, బంతిని కొట్టు సాధనము
batch : (n.) జత, జట్టు
bate : (v.t.) తగ్గించు
bath : (n.) స్నానము
bathe . (vi.) స్నానము చేయు
bathos : (n) రసాభాసము
baton : (n) బెత్తము
battalia : (n.) వ్యూహము
battalion : (n.) పటాలము
batter · (v.t.) పడగొట్టు
battery : (n.) బురుజు; విద్యుద్యంత్రము
battle : (n.) యుద్ధము
bawl : (v.t & v.i) అఱచు
bay : అఖాతము
bayonet : (n) తుపాకికొనన్ను తగిలించు బాకు
be : (v.i) ఉండు
beach : (n) సముద్రతీరము
bead : (n) పూస
beak : (n.) పక్షిముక్కు
beaker : (n) చీకరు
beam : (n.) దూలము, కిరణము
beaming : (n.) ప్రకాశవంతమైన
bean : (n.) చిక్కుడుగింజ
bear : (n.) భరించు, ఫలించు, మనసులో పెట్టుకొను, ఈను, కను,-కాయు (n.) ఎలుగుబంటి
beard : (n.) గడ్డము
bearer : (n.) మోయువాడు, తెచ్చువాడు

bearing .(n.)సంబంధము
beast :(n)మృగము;పశువు
beastliness .(n)పశుత్వము
beastly .(a.)పశుప్రాయమైన; క్రూరమైన
beat.(vt.)కొట్టు; వాయించు; ఉతుకు; దంచు
beaten :(a.)ప్రాతబడిన
beautiful (a.)సుందరమైన
beautify .(vt.)అలంకరించు
beauty :(n)అందము; అందగత్తె
becalm :(vt.)నెమ్మదిచేయు
beckon .(vt.& vi)సంజ్ఞచేసి పిలుచు
become (vt.)అగు
becoming (a)తగిన
becomingly .(adv)తగినట్లుగా
bedding (n.)పడక
bedeck :(vt.)అలంకరించు
bedroom (n)పడకగది
bedsore .(n)పడకకురుపు
bee ·(n.)తేనెటీగ
beef ·(n.)గొడ్డుమాంసము
beehive :(n.)తేనెపట్టు
beer :(n.)బీరు
beet :(n.)బీటుదుంప
beetle ·(n.) పేడపురుగు
befall :(vt& vt.)సంభవించు
befit (vt.)తగియుండు
before :(p&adv)ముందు;ఎదుట; పూర్వము
beforehand :(adv.)ముందుగానే
befriend :(vt)స్నేహముగనుండు
beg :(vt)వేడుకొను(vi)యాచించు
beget :(vt)కను
beggar ·(n.)బిచ్చగాడు
beggarly (a)బీద,నీచమైన
begin (vt.)ఆరంభించు
beginner :(n.)ఆరంభకుడు
beginning ·(n)ఆరంభము
beguile :(vt)మోసపుచ్చు
behalf :(n)పక్షము; తరపు
behave (vt)ప్రవర్తించు
behaviour :(n.)ప్రవర్తన
behead .(vt.)శిరచ్ఛేదము చేయు
behest :(n.)ఆజ్ఞ
behind :(p.)వెనుక; పరోక్షమున
behold ·(vt. & vi)చూచు
behoof ·(n.)ప్రయోజనము
being ·(n.)ఉనికి; ప్రాణి, జీవి
belch .(vt & vi)తేన్చు
beleaguer (vt.)ముట్టడించు
belfry (n.)గంటగోపురము
belief ·(n)నమ్మిక; మతము
believable ·(a)నమ్మదగిన
believe ·(vt.)నమ్ము
believer :(n.)ఆస్తికుడు
belittle ·(vt)హీనపఱచు
bell (n)గంట
bellow :(vi)ఱంకెవేయు; అఱచు
bellows :(n.)కొలిమితిత్తి
belly .(n)కడుపు
belly-worm :(n)ఏలికపాము
belong (vi)చెందు; సంబంధించు
beloved (a)ప్రియమైన
below :(p & adv)క్రింద; తక్కువ
belt :(n.)పటకా

bemoan (vt)ఏడ్చు
bench (n.)పొడవుబల్ల
bend .(vt)వంచు
beneath (p & adv)క్రింద
benediction (n)ఆశీర్వాదము
benefactor (n)ఉపకారి
beneficial (a.)లాభకరమైన
benefit (n)లాభము, మేలు
benevolent (a)దయగల
benign (a)హితమైన
bent (n.)ఇష్టము
benumb (vt.)తిమురుకలుగజేయు
berth .(n)పడక; ఉద్యోగము
beseech (vt.)బతిమాలుకొను
beseem (vt.)తగు; ఒప్పు
beset (vt)ఆవరించు
beside .(p)ప్రక్కన
besides (adv)ఇంకను
besiege :(vt)ముట్టడించు
besmear (vt)పూయు
besmirch .(vt.)మురికిచేయు
best (a.)అత్యుత్తమమైన
bestial .(a.)పశుప్రాయమైన
bestir (vt.)త్వరపెట్టు
bestow (vt)ఇచ్చు
bet (n.)పందెము
betel (n)తమలపాకు
betray .(vt.)నమ్మించిద్రోహముచేయు
betrayal :(n.)మోసము
betrothal (n)ప్రధానము
better :(vt.)బాగుచేయు
between (p)నడుమ, మధ్య
bewail (vt.)దుఃఖించు
beware (vi.)జాగ్రత్తగానుండు
bewildered :(a)దిగ్భ్రమచెందిన
bewitch :(vt)వశ్యముచేసికొను
beyond (p)అవతల
bias :(n)పక్షపాతము
Bible (n)బైబిలు
bickering (n)చిన్నజగడము
bicycle (n)సైకిలు
bid (vt.)ఆజ్ఞాపించు; పిలుచు
bidding (n.)ఆజ్ఞ
bide .(vt)ఓర్చియుండు
bifurcate :(vt)రెండుగాచేయు
big (a.)పెద్ద
bigamy :(n.)ఇద్దరిని పెండ్లాడుట
bigotry :(n)స్వపక్షముందలి దురభిమానము
bile .(n.)పైత్యరసము
bilious (a.)పిత్తసంబంధమైన
bilk :(vt)మోసపుచ్చు
bill (n.)పక్షిముక్కు; లెక్కచీటి
billion (n.)లక్షకోట్లు
billow (n)కెరటము
bin :(n.)తొట్టి
bind .(vt)కట్టు; బద్ధునిచేయు
binding (n)బాధ్యత; కట్టుట
biologist :(n.)జీవశాస్త్రజ్ఞుడు
biology (n)జీవశాస్త్రము
biped :(n)ద్విపాదజంతువు
bird (n)పక్షి
bird-cage :(n)పంజరము
bird's-nest :(n)పక్షిగూడు
birth :(n)పుట్టుక; వంశము
birthday :(n.)జన్మదినము

birthplace :(n.)జన్మభూమి
bisect .(vt.)రెండుసమభాగిములుచేయు
bishop .(n)క్రైస్తవమతగురువు
bit :(n)ముక్క; కొంచెము
bitch :(n)ఆడుకుక్క
bite .(vt)కఱచు
bitter .(a.)చేదైన; దుఃఖకరమైన
bizarre :(a)అద్భుతమైన
blabber :(vt)వదరుబోతు
black .(n)నలుపురంగు(a)నల్లని
blackboard :(n)నల్లబల్ల
black-hole :(n.)చీకటిగది; చెఱసాల
blacksmith (n)కమ్మరి
blackwood (n.)విఱుగుడుమ్రాను
bladder :(n.)తిత్తి
blame .(n)నింద(vt.)నిందించు
blameless :(a.)తప్పులేని
blanch :(vt.)తెలుపుచేయు
bland (a.)మృదువైన
blank :(a)వట్టి; వ్రాతలేని(n.) ఖాళీ
blanket :(vt)కంబళి
blasphemy :(n.)దైవదూషణ
blast :(n)పడిగాలి
blaze :(vt.)మండు;వెలుగు
bleach :(vt)తెలుపుచేయు; చలువ చేయు
bleak :(a.)మిక్కిలిచలిగానున్న
bleat :(vt.)అఱచు
bleed (vt)రక్తముకారు
bleeding :(n.)రక్తపాతము
blemish :(n)కళంకము;లోపము
blench .(vt.)సంకోచించు
blend :(vt.)కలుపు
bless .(vt.)ఆశీర్వదించు; పావనమైన
blessing :(n.)ఆశీర్వాదము
blight :(n.)నాశము
blind :(a.)గ్రుడ్డి; వివేకములేని
blink (vi)చికిలించు
bliss .(n)బ్రహ్మానందము
blister .(n.)పొక్కు
blithe (a)సంతోషముగల
blizzard :(n)హిమవృష్టి
bloat :(vi)ఉబ్బు
block :(n.)మొద్దు;అడ్డము
blockade :(n)ముట్టడి
blood (n)రక్తము
blood-shed :(n.)ప్రాణనష్టము
bloody :(a.)క్రూరమైన
bloom (v i.)వికసించు; పూచు
blooming :(a.)నవయౌవనముకల
blossom :(n.)పూవు
blot :(n.)మచ్చ; కళంకము
blouse (n.)రవిక
blow :(n.)దెబ్బ; దురదృష్టము (v i.)వీచు, ఊదు
blue :(n. & a)నీలవర్ణము
bluff (v.t)బుకాయించు
blunder :(n.)పొరపాటు; తప్పు
blunt .(a)వాడిలేని; మోటైన
blur (n.)మఱక
blush (v i.)సిగ్గుపడు
boar :(n)మగపంది
board :(n.)పలక;సభ;భోజనము
boast .(v.t & v.i.)డంబములుపలుకు
boat :(n.)పడవ
bodice :(n)రవిక

bodily ·(a)శరీర సంబంధమైన
body (n.)శరీరము; సంఘము; ముఖ్యభాగము
bodyguard (n)అంగరక్షకుడు
bog .(n)మెత్తని బురదనేల
boggie :(v.i.)సందేహించు
bogus (a)బూటకపు
boil :(v t)ఉడుకబెట్టు; (v i)ఉడుకు; మరుగు
boiler (n.)కాగు
boisterous ·(a)సందడి చేసెడు
bold .(a)ధైర్యము గల
boldness ·(n)ధైర్యము
bolt (n.)అడ్డుగడియ; పిడుగు
bomb (n)బాంబు
bond .(n)బంధము, దస్తావేజు; ఒడంబడిక
bondage ·(n.)దాస్యము
bone .(n.)ఎముక
bone-ash ·(n)అస్థిభస్మము
boneless (a.)ఎముకలు లేని
bonfire ·(n.)భోగిమంట
bonnet :(n.)కుల్లాయి
bonny .(a)సుందరమైన
bonus :(n)లాభములో వంతు
booby .(n)మూఢుడు
book :(n)పుస్తకము
booklet .(n.)చిన్నపుస్తకము
bookseller (n.)పుస్తకముల వ్యాపారి
boon (n.)వరము
boor :(n.)పల్లెటూరివాడు
boot :(n) బూటు; కాలిజోడు
booth .(n.)పాక; అంగడి
border ·(n)అంచు; సరిహద్దు

bore (n.)రంధ్రము
boreas (n.)ఉత్తరపుగాలి
borrow .(v.t.)అప్పుచేయు
bosh ·(n)బూటకము
bosom .(a.)ఆప్తుడైన; అతిస్నేహముగల
boss (n)యజమానుడు
botany ·(n.)వృక్షశాస్త్రము
botch (v t.)అతుకువేయు
both (a. & pro)ఇద్దఱు; రెండు
bother (v t.)పీడించు; తొందరపెట
bottle :(n.)సీసా
bottom :(n.)అడుగుభాగము; ఆధారము
bough ·(n.)చెట్టుకొమ్మ
boulder .(n.)పెద్దగుండ్రాయి
bounce :(v.i)ఎగురు; దుముకు
bound (a.)బద్ధుడైయున్న
boundary ·(n)సరిహద్దు
boundless (a.)అమితమైన
bounteous .(a)దాతృత్వము గల
bounty (n.)దాతృత్వము
bouquet (n)పూబంతి
bow ·(n.)విల్లు; నమస్కారము
bowels ·(n.)ప్రేగులు
bower (n.)పొదరిల్లు
bowl ·(n.)గిన్నె
bowman .(n)విలుకాడు
box ·(n) పెట్టె
boxing .(n)ముష్టియుద్ధము
boy ·(n.)బాలుడు
boycott .(v.t)వెలివేయు
boyhood .(n.)బాల్యము

bracelet .(n.)కంకణము
bracket (n)కుండలీకరణము
brag :(v i)డంబములు చెప్పుకొను
braid :(v t)జడ వేయు
Braille (n)అంధులకొఱకు వ్రాసిన వ్రాత
brain .(n)మెదడు; బుద్ధి
brainless ·(a)బుద్ధిలేని
brake .(n)ఆపుసాధనము
bran .(n)తవుడు
branch ·(n.)కొమ్మ; భాగము
brand .(n.)కొఱవి; వాత
brandish ·(v.t)ఆడించు
brass .(n)ఇత్తడి
bravado :(n.)బడాయి
brave (a)ధైర్యము గల
bravery ·(n.)ధైర్యము
brawl (v i.)జగడమాడు
brawn .(n)కండ
bray (v.t)దంచు;(గాడిద) అఱచు
brazen .(a.)సిగ్గులేని
breach .(n)పగులు; కలహము; భంగము
bread :(n)రొట్టె; ఆహారము
breadth :(n.)వెడల్పు
break (v.t.)పగులగొట్టు; తెలియజేయు
breakage .(n.)పగులు
breaker .(n.)అల
breakfast (n.)దినమున మొదటి భోజనము
breast .(n.)ఱొమ్ము; కుచము; స్తనము
breath :(n.)ఊపిరి; ప్రాణము
breathe (v)ఊపిరి తీయు
breathless .(a)ఊపిరి ఆడని
breed :(v t.)కను; పెంచు(n.)జాతి; తెగ
breeze (n)పిల్లగాలి
brevity .(n.)సంగ్రహము
bribe ·(n.)లంచము

brick :(n)ఇటికఱాయి
bride .(n.)పెండ్లికూతురు
bridegroom .(n)పెండ్లికొడుకు
bridge .(n)వంతెన
bridle (n.)కళ్లెము
brief (a)సంగ్రహమైన
brigade (n)సైనికుల విభాగము
bright ·(a)కాంతిగల; తెలివిగల
brighten :(v t)ఉల్లాస పఱచు
brightness .(n)కాంతి
brilliance ·(n)కాంతి
brilliant :(a.)ప్రకాశించెడు; బుద్ధిసూక్ష్మముగల
brim .(n.)అంచు; ఒడ్డు
brine ·(n.)కాఱుప్పునీరు
bring :(v.t)తెచ్చు, కలుగజేయు
brinjal (n)వంకాయ
brink :(n.)అంచు
brisk :(a.)చుఱుకైన
bristle (n.)బిరుసు వెండ్రుక
brittle ·(a.)పెళుసైన
broach (v t)ప్రస్తావించు
broad ·(a.)వెడల్పైన
broadcast ·(v t.)ప్రసారము చేయు
broaden (v t)వెడల్పుచేయు
brochure :(n.)చిన్న పుస్తకము
broken ·(a)పగిలిన; క్రుంగిపోయిన
broken-hearted (a)దుఃఖముచేత మనసు క్రుంగిన
broker :(n.)దళారి
brokerage (n.)రుసుము; కమీషను
bronchitis (n)ఱొమ్ము పడిసెము
bronze .(n.)కంచు
brood :(v.t & v.i)దీర్ఘముగా ఆలోచించు
brook :(n)చిన్న ఏఱు
broom .(n.)చీపురుకట్ట
brother .(n)సోదరుడు

brow .(n)కనుబొమ
bruise (n)దెబ్బ; గాయము
brush (n)కుంచె
brutal (a)క్రూరమైన
brutality (n.)క్రూరత్వము
brute (n)మృగము; క్రూరుడు; మూర్ఖుడు
bubble (n.)నీటిబుడగ
bucket .(n)బొక్కెన; చేద
buckle (n)కొక్కి; గుండీ
bud (n)అంకురము; మొగ్గ
budge .(v.i)కదలు; తొలగు
budget (n)జమాఖర్చుల మదింపు పట్టిక
buffalo .(n)గేదె; బర్రె
buffoon :(n)విదూషకుడు
bug (n.)నల్లి
build (v t.)కట్టు; నిర్మించు
building (n)కట్టడము
bulb :(n.)గడ్డ; విద్యుద్దీపము
bulk (n)పరిమాణము
bulky (a)లావైన
bull (n.)గిత్త
bullet .(n.)తుపాకిగుండు
bulletin :(n)ప్రకటన పత్రిక
bullion (n)వెండి బంగారులు
bullock (n.)ఎద్దు
bully (v t.)బెదరించు
bulwark (n)బురుజు; రక్షణము
bump (n.)బుడిపి, బొప్పి
bunch (n)గెల; గుత్తి
bund (n)గట్టు
bundle (n.)మూట, పొట్లము
bungle (v t.)తప్పులు చేయు
buoyancy :(n)ఉల్లాసము
burden (n.)భారము; పల్లవి
burglar (n)కన్నపుదొంగ
burial (n.)పూడ్చుట
burn (v t)కాల్చు; (v i) కాలు
burrow (n)బొరియ
bursary (n.)బొక్కసము
burst (v.i)పగులు
bury .(v t)పూడ్చు
bush (n.)పొద
business (n.)పని; వ్యాపారము
bust .(n)శిలాప్రతిమ
bustle .(n)సందడి
busy (a)పనిలోనున్న
but :(p)తప్ప;(conj)కాని; (adv)మాత్ర
butcher (n.)కసాయివాడు
butter (n)వెన్న
butterfly .(n.)సీతాకోకచిలుక
butter-milk :(n)మజ్జిగ
buttock (n)పిఱుదు
button (n)బొత్తాము
buy .(v t)కొను
buyer (n.)కొనెడివాడు
buzz (n.)ఝుంకారము
by :(p)చేత; ద్వారా; దగ్గఱ; చొప్పున
bye (n.)అప్రధానమైనది
bygone :(a.)జరిగిపోయిన
by-lane :(n.)సందు
by-product :(n.)ఉపఫలము
by-stander (n)దగ్గఱ నిలుచున్న వాడు
byword .(n.)సామెత; లోకోక్తి

C

cab :(n.)బాడుగ బండి
cabbage (n.)కోసుగడ్డ
cabin .(n.)గది; గుడిసె
cabinet .(n)గది; పెట్టె, మంత్రి మండలి
cable (n)మోకు; లావుత్రాడు; గొలుసు
cablegram :(n)సముద్రముగుండా తంతి ద్వారా పంపు వార్త

cadet : (n.) తర్ఫీదు పొందువాడు
cafe . (n.) కాఫీ అంగడి
cage : (n.) బోను, పంజరము
cajole : (v.t.) బుజ్జగించు
cajolery (n.) బుజ్జగింపు
cake : (n.) రొట్టె, బిళ్ల
calamitous : (a.) దుఃఖకరమైన
calamity : (n.) గొప్ప ఆపద, విపత్తు
calcination : (n.) భస్మీకరణము
calculable : (a.) ఎన్నదగిన
calculate : (v.t. & v.i.) లెక్కపెట్టు
calculation : (n.) లెక్క, గణన
calendar : (n.) కేలండరు
calender . (n.) ఒక యంత్రము
calf . (n.) దూడ, పిక్క
call (v.t.) పిలుచు (n.) పిలుపు
calibre : (n.) పరిమాణము, గుణము
calling : (n.) వృత్తి, పని
callisthenics : (n.) కసరతు
callous : (a.) కాయగాచిన, విభావము లేనట్టి
calm : (a.) నిశ్చలమైన, నెమ్మదియైన
calmly : (adv.) నెమ్మదిగా
calmness : (n.) నెమ్మది
caluminate : (v.t.) దూషించు
calumination : (n.) అపవాదము, దూషణ
calumny . (n.) అపవాదము, దూషణ
camel : (n.) ఒంటె
camera : (n.) ఫోటోలు తీయు సాధనము
camp : (n.) శిబిరము, బస (v.i.) బసచేయు
campaign : (n.) దండయాత్ర, దాడి
camphor : (n.) కర్పూరము
can : (n.) చెంబు, గిన్నె (v.) సాధ్యమగు, కలుగు
canal : (n.) త్రవ్వబడిన కాలువ
canard : (n.) వికృతపు మాట
cancel : (v.t.) రద్దు చేయు
cancellation : (n.) రద్దు
Cancer : (n.) కర్కాటరాశి, ఎండ్రకాయ, ఒక విధమైన పుండు
candid : (a.) నిష్కపటమైన
candidate : (n.) అభ్యర్థి
candidature : (n.) అభ్యర్థిత్వము
candle . (n.) మైనపువత్తి
candour . (n.) నిష్కాపట్యము
candy : (n.) కలకండ
cane : (n.) పేము, బెత్తము
canker : (n.) కొఱుకు పుండు
cannon . (n.) ఫిరంగి
cannibal . (n.) నరమాంసభక్షకుడు
canoe : (n.) దోనె, పడవ
canon : (n.) నియమము, విధి
canteen : (n.) అల్పాహారశాల
canto . (n.) కాండము, సర్గము
cantonment : (n.) సేనయుండు స్థలము
canvas : (n.) కిత్తనారగుడ్డ
canvass : (v.t. & v.i.) ఓటు మున్నగునవి ఇమ్మని అడుగు
cap : (n.) కుళ్లాయి, టోపి
capability : (n.) శక్తి, సామర్థ్యము
capable : (a.) శక్తిగల
capacity . (n.) పరిమాణము, శక్తి, ఉద్యోగము
cape : (n.) అగ్రము
capillary : (n.) కేశనాళిక
capital : (n.) మూలధనము, రాజధాని (a.) ముఖ్యమైన, శ్రేష్ఠమైన
capitalism : (n.) పెట్టుబడిదారీవిధానము
capitalist : (n.) పెట్టుబడిదారు
capitation : (n.) తలపన్ను
capitulate . (v.i.) లొంగిపోవు
caprice : (n.) చాపల్యము
capricious : (n.) చాపల్యముగల
capricorn : (n.) మకరరాశి

capsize (v t & v i)తలక్రిందుగానగు
captain (n)ఓడఅధికారి,నాయకుడు
caption (n)శీర్షిక
captivate (v t)మనస్సును ఆకర్షించు
captivating (a)మనోహరమైన
captive (n)ఖైదీ
capture (n)లోబఱచుకొనుట(vt)స్వాధీనముచేసికొను
car (n)రథము; బండి
carat (n)బంగారముయొక్కవన్నె
caravan (n)బిడారు
carbon (n)బొగ్గు
carbuncle (n)రాచపుండు
carcass (n.)పీనుగు
card (n)అట్ట, చీటి
cardamom (n)ఏలకికాయ
cardinal (n)ప్రధానమైన
care (n)జాగ్రత్త; సంరక్షణ; చింత (v i)లక్ష్యముచేయు
career (n)చర్య;నడత;వృత్తి
careful (a)జాగ్రత్తగానున్న
careless (a)జాగ్రత్తలేని
carelessness (n)అజాగ్రత్త
caress (v.t)లాలించు
cargo (n.)ఓడలోని సరకు
carnal (a)శరీర సంబంధమైన
carnivore (n)మాంసమునుతినుజంతువు
carnivorous (a)మాంసమును తినునట్టి
carol (n.)సంకీర్తనము
carpenter (n)వడ్రంగి
carpentry (n.)వడ్రంగము
carpet (n)రత్నకంబళి
carriage (n)బండి;మోతకూలి; రీతి
carry (vt)మోయు; తీసికొనిపోవు
cart (n)బండి
cartilage (n)మృదులాస్థి
cartoon (n)అవహాస్యముచేయు చిత్రము
cartridge (n)తోటా
carve (v t.)చెక్కు;పొందుపఱచు
case (n)పెట్టె;స్థితి;వ్యాజ్యము;విభక్తి
cash (n)రొక్కము;ధనము
cashew (n)జీడిమామిడి
cashier (n)షరాపు
cask (n.)పీపాయి
casket (n.)బరణి; డబ్బి
cast (v t)విసరు;విడుచు;వేయు
caste (n.)కులము
castigate (vt)శిక్షించు
casting (n)పోతపని; పోత
castle (n)కోట
castor-oil (n)ఆముదము
castrate (vt)విత్తులుకొట్టు
casual (a.)ఆకస్మికమైన
casualty (n.)ఆకస్మికముగ కలుగునది; విపత్తు
casuarina (n)చవుకుమ్రాను
cat (n)పిల్లి
catalogue (n)పట్టీ;జాబితా
catamaran (n)తెప్ప
catapult (n)ఒడిసెల
cataract (n)కంటిలోనిపొర
catarrh (n)పడిసెము
catastrophe (n)గొప్పవిపత్తు
catch (v t.)పట్టుకొను
categorical (a.)రూఢియైన
category (n.)వర్గము;స్థితి
cater (v.i)తిండిపెట్టు
caterpillar (n)గొంగళిపురుగు
cathedral (n)క్రైస్తవులగుడి
cattle (n)పశువులు
cauldron (n.)కాగు;అండా
cauliflower (n.)కోసు పువ్వు
causative (a)కారణమైన

cause :(n.)కారణము (vt.) కలుగజేయు
caustic :(a.)కాల్చునట్టి
caution :(n.)హెచ్చరిక
cavalry :(n.)గుఱ్ఱపుదండు
cave :(n.)గుహ
caveat :(n.)ఆక్షేపణ
cavern (n.)పెద్దకొండగుహ
cavity (n.)సందు;తొఱ్ఱ
cease:(vi.)మాను
ceaseless:(a.)ఎడతెగని
cede (vt.)ఇచ్చివేయు
ceiling:(n.)వరంబి;పైహద్దు
celebrate.(vt.)చేయు
celebrated (a.)ప్రసిద్ధికెక్కిన
celebration.(n.)చేయుట;ఉత్సవము
celebrity (n.)ప్రసిద్ధి
celestial (a)ఆకాశమందలి
celebacy:(n.)బ్రహ్మచర్యము
celebate:(n.)బ్రహ్మచారి
cell.(n.)చిన్నగది;బిలము;ఘటము
cement:(n.)సిమెంటు
cemetery (n.)శ్మశానము
censor :(n.)గుణదోషవిమర్శకుడు
censure :(vt.)ఆక్షేపించు
census :(n.)జనాభాలెక్క
centenary (n.)నూరేండ్లకాలము
centipede :(n.)కాళ్లజెఱ్ఱి
central :(a.)నడిమి
centre :(n.)మధ్యము; కేంద్రము
century :(n.)శతాబ్దము
cereal :(a.)ధాన్యసం.
cerebral :(a.)మెదడు సం.
ceremony :(n.)కార్యము; మర్యాద
certain :(a.)నిశ్చయముగల
certainly :(n.)నిశ్చయముగా
certainty (n.)నిశ్చయము
certificate :(n.)నిర్ణయపత్రిక

certify (vt.)రూఢిచేయు
cervix :(n.)గ్రీవము
cess :(n.)పన్ను; కప్పము
cessation :(n.)ఆపుదల
cesspool :(n.)మురికినీటిగుంట
chafe (vi.)కోపపడు
chaff :(n.)పొట్టు; తవుడు
chain :(n.)గొలుసు; సంకెల (vt.)సంకెళ్లువేయు; గొలుసుతోకట్టు
chair (n.)కుర్చీ
chairman :(n.)అధ్యక్షుడు
chalk :(n.)సీమసున్నము
challenge :(vt.)సవాలుచేయు
chamber :(n.)గది
chameleon (n.)తొండ, ఊసరవెల్లి
champion :(n.)యోధుడు;విజయుడు
chance (n.)ఆకస్మికసంభవము;అదృష్టము
chancellor :(n.)అధ్యక్షుడు
change :(vt.)మార్చు:(n.)మార్పు; చిల్లరనాణెములు
channel :(n.)కాలువ
chant :(vt.)పాడు
chaos :(n.)అవ్యక్తస్థితి
chap :(n.)బీట; పగులు
chapter (n.)అధ్యాయము
character (n.)గుణము;నడత
charcoal :(n.)కట్టెబొగ్గు
charge :(n.)వెల; నేరారోపణము (vt.)పైబడు;నేరముమోపు
chariot :(n.)రథము
charioteer :(n.)రథసారథి
charitable :(a.)దయగల;దాతృత్వము గల
charity (n.)దాతృత్వము
charm :(n.)మంత్రము;రక్ష
charming :(a.)మనోహరమైన
chart :(n.)వివరములతోనుండుపటము

charter :(n.)అధికారపత్రము
chase :(vt.)తఱుము; వేటాడు
chaste :(a.)పరిశుద్ధమైన
chasten :(vt.)బాగుచేయు
chastise :(vt.)దండించు
chat :(vi.)ముచ్చటలాడు
chatter :(vi.)వదరు
cheap :(a.)చౌకయైన
cheat :(vt.)మోసపుచ్చు(n.)మోసము; మోసగాడు
check :(vt.)ఆపు;సరిచూచు
cheek :(n.)దౌడ;చెంప;బుగ్గ
cheer :(n.)ఉల్లాసము(vt.)ఉత్సాహపఱచు
cheese :(n.)జున్ను
chemist :(n.)మందులవ్యాపారి
chemistry :(n.)రసాయనశాస్త్రము
cheque :(n.)చెక్; హుండీ
cherish :(vt.)మనస్సులోనుంచుకొను
chess :(n.)చదరంగము
chest :(n.)ఱొమ్ము; పెట్టె
chew :(vt.)నమలు
chicken :(n.)కోడిపిల్ల
chide :(vt.)తిట్టు;కోపించు
chief :(a.)ప్రధానమైన:(n)ముఖ్యుడు; నాయకుడు
child :(n.)బిడ్డ;శిశువు
childhood :(n.)బాల్యము
childish :(a.)పిల్లతనపు
childlike :(a.)బిడ్డవంటి;సాధువైన
chill :(a.)చల్లని
chilli :(n.)మిరపకాయ
chimney :(n.)పొగగొట్టము
chin :(n.)గడ్డము
china-ware :(n.)పింగాణిసామాను
chip :(n.)చిన్నముక్క
chirognomy :(n.)సాముద్రికశాస్త్రము
chirp :(vi.)కూయు
chisel :(n.)ఉలి
chit :(n.)చిట్టి;చీటి
chitchat :(n.)ఉబుసుపోకమాటలు
chivalrous :(a.)సాహసముగల
chivalry :(n.)సాహసాదిగుణములు
choice :(n.)ఇష్టము;కోరిక
choke :(vt.)ఊపిరితిరుగకుండచేయు
cholera :(n.)విషూచిక
choose :(vt.)ఇష్టపడు
chop :(vt.)నఱుకు
chord :(n.)జ్యా;సంగీతసాధనము యొక్క తీగ
chorus :(n.)పల్లవి
choultry :(n.)సత్రము
Christianity :(n.)క్రైస్తవమతము
Christmas :(n.)క్రిస్మస్ పండుగ
chronic :(a.)దీర్ఘమైన
chronicle :(n.)చరిత్ర
chronological :(a.)కాలక్రమానుసారముగ
church :(n.)క్రైస్తవులగుడి
churchyard :(n.)శ్మశానభూమి
churn :(vt.)చిలుకు
cigar :(n.)పొగచుట్ట
cigarette :(n.)సిగరెట్
cinema :(n.)సినిమా
cipher :(n.)సున్న
circle :(n.)వృత్తము
circular :(n.)ప్రకటనపత్రిక
circulate :(vt.)వ్యాపింపజేయు
circumcision :(n.)సున్నతి
circumstance :(n.)సంగతి;పరిస్థితి
circus :(n.)సర్కస్
cite :(vt.)ఉదాహరించు
citizen :(n.)నగరవాసి
city :(n.)నగరము
civic :(n.)నగర సం.
civil :(a.)మర్యాదగల
civilization :(n.)నాగరకత

civilized :(a)నాగరకతగల
claim :(n.)హక్కు.(vt.)తనదనివాదించు
clairvoyance :(n)యోగదృష్టి
clamour (vi)అఱచు
clamp :(n)బందు
clan (n)తెగ
clandestine .(a)రహస్యమైన
clap (vi)చప్పట్లుకొట్టు
clarify .(vt)తేటపఱచు
clasp (n)ఆలింగనము
class :(n.)వర్ణము;జాతి;తెగ;తరగతి
classic .(n) మహాకావ్యము
classical (a) సాంప్రదాయకమైన
clssify (vt) తరగతులుగా ఏర్పఱచు
class-mate .(n) సహపాఠి
clause (n) నిబంధన; ఉపవాక్యము
claw .(n) వంకరగోరు
clean :(a) పరిశుద్ధమైన(vt) శుభ్రము చేయు
~~cleanliness~~ (n)పరిశుభ్రత
clear (a)తేటయైన;స్పష్టమైన
clea/e (n)పగులు
cleft :(n)పగులు;బీట
clemency (n)కనికరము
clergy :(n)మతాచార్యులు
clerk :(n)గుమాస్తా
clever :(a)తెలివిగల
client .(n)కక్షిదారుడు
cliff (n)నిట్రమైన కొండ
climate :(n)శీతోష్ణస్థితి
climax :(n)ఔన్నత్యము
climb .(vt)ఎక్కు
cling (vi)అంటుకొనియుండు
clip :(vt)కత్తిరించు (n)క్లిప్పు
clock :(n)గడియారము
close :(vt)మూయు
clot .(n)గడ్డ;కదుము
cloth (n)బట్ట
clothe :(vt)ధరించు
cloud (n)మేఘము
clove (n)లవంగము
clown :(n)హాస్యగాడు
club :(n)సంఘము,దుడ్డుకఱ్ఱ
clue :(n)కిటుకు;మర్మము
clumsy (a)వికారమైన
cluster :(n)గుత్తి,గుంపు
clutch .(vt)చేతితోపట్టుకొను
coach .(n)బండి (vt)నేర్పు
coal (n)నేలబొగ్గు
coarse :(a)ముదుక
coast (n)సముద్రతీరము
cobbler (n)చెప్పులుకుట్టువాడు
cobra :(n)నాగుబాము
cobweb :(n)సాలెపురుగుగూడు
cock :(n)కోడిపుంజు
cockroach :(n)బొద్దింక
coconut :(n)టెంకాయ
code :(n)న్యాయచట్టము
coercion :(n)నిర్బంధము
coffee (n)కాఫీ
coffin (n)శవపేటిక
coin .(n)నాణెము
coincide .(vi)ఏకీభవించు
coir :(n)నార;త్రాడు
cold (a)చల్లని
colic :(n)కడుపునొప్పి
collapse :(vi)భంగమైపోవు
colleague :(n)సహోద్యోగి
collect .(vt)ప్రోగుచేయు
collection .(n)చేరిక;సముదాయము
college .(n)కళాశాల
colliery :(n)బొగ్గుగని
collude .(vi)కుట్రచేయు

colony .(n)వలస రాజ్యము;నూతన నిర్మాణ వాసస్థలము
colour (n)రంగు
comb .(n)దువ్వెన
combat (n)పోరాటము
combine (vt)చేర్చు
combustible (a)నిప్పంటుకొనెడు
come (vi)వచ్చు
comedy .(n)సంతోషకరమైన నాటకము
comely .(a)చక్కని
comet .(n)తోకచుక్క
comfort :(vt)ఓదార్చు;ఆదరించు
comfortable :(a)సుఖముగానున్న
comic :(a)హాస్యకరమైన
command .(vt)ఆజ్ఞాపించు
commence (vt)ఆరంభించు
commend :(vt)మెచ్చుకొను
comment :(vi)వ్యాఖ్యానముచేయు
commentary (n)వ్యాఖ్యానము
commerce .(n)వాణిజ్యము
commission :(n)తరుగు
committee (n)సంఘము
commodity (n)సరకు
common :(a)సాధారణమైన
communicate :(vt)తెలియజేయు
community .(n)జనులు;సంఘము
companion .(n)చెలికాడు
company (n)సంఘము; జట్టు
compare (vt)పోల్చు
comparison (n)పోలిక
compassion :(n)దయ;కనికరము
compel .(vt)బలవంతముచేయు
compensation .(n)నష్టపరిహారము
compete :(vi)పోటీచేయు
competition (n)పోటీ
complain .(vi)ఫిర్యాదుచేయు
complaint :(n)ఫిర్యాదు
complement :(n)పూర్తిచేయునది
complete :(a)సంపూర్ణమైన
(vt)పూర్తిచేయు
complexion :(n)ముఖవర్చస్సు
complication :(n)చిక్కు
compliment (n)స్తుతి; నమస్కారము
comply .(vi)సమ్మతించు
compose :(vt)కూర్చు;రచించు
composition .(n)రచన;వ్యాసము
compost :(n)ఎరువు;పెంట
comprehension (n)అవగాహన
compress .(vt)అదుము;నొక్కు
comprise :(vt)చేరియుండు
compromise (n)రాజీ
compulsion .(n)బలవంతము
compulsory :(a)తప్పనిసరియైన
compute (vt)లెక్కించు
conceal (vt)దాచు
concede :(vt)సమ్మతించు
conceit (n)అహంభావము
concentration .(n)ఏకాగ్రత
concern (n)సంబంధము; వ్యాపారము
concession (n)సమ్మతి
conciliation (n)సమాధానము
concise :(a)సంగ్రహమైన
conclude :(vt)ముగించు
conclusion :(n)ముగింపు
concrete :(a)ఆకారముగల
concur :(vi)ఏకీభవించు
condemn :(vt)నిందించు;శిక్షవిధించు
condense :(vt)సంగ్రహముచేయు
condition :(n)స్థితి; షరతు
condole (vi)పరామర్శించు
condone :(vt)క్షమించు

conduct :(n)నడత
conduction :(n)ఉష్ణవాహనము
cone :(n)శంకువు
conference :(n)గోష్ఠి; సభ
confess :(vt)ఒప్పుకొను
confidence :(n)నమ్మకము
confirm :(vt)స్థిరపఱచు
confiscate :(vt)జప్తుచేయు
conflict :(n)పోరాటము
confuse :(vt)భ్రమపఱచు
congratulation :(n)అభినందన
congress :(n)సభ;సంఘము
conjunction :(n)సముచ్చయము
connection :(n)సంబంధము
conquer :(vt)జయించు
conqueror :(n)విజేత
conscience :(n)మనస్సాక్షి;అంతరాత్మ
conscious :(a)తెలివిగల
consent :(n)సమ్మతి
consequence :(n)ఫలము
consider :(vt)ఆలోచించు
consign :(vt)అప్పగించు
consist :(vi)కలిగియుండు
console :(vt)ఓదార్చు
consonant :(n)హల్లు
conspiracy :(n)కుట్ర
constant :(a)స్థిరమైన
constitution :(n)రాజ్యాంగము;శరీర ప్రకృతి
construct :(vt)నిర్మించు
consult :(vt)సలహాఅడుగు
consume :(vt)హరించు;తిను
consumption :(n)క్షయవ్యాధి; వినియోగము
contain :(vt)కలిగియుండు
contemporary :(n)సమకాలికుడు
contentment :(n)తృప్తి
contest :(n)పోరు;వివాదము
context :(n)సందర్భము
continent :(n)ఖండము
continue :(vt)ఇంకనుచేయు
continuous :(a)విడతెగని
contract :(vi)ముడుచుకొనిపోవు (n)ఒడబడిక
contradict :(vt)కాదను
contrary :(a)విరుద్ధమైన
contribution :(n)సహాయము; చందా
control :(vt)అదుపులోనుంచు
controversy :(n)వాదము
convection :(n)ఉష్ణసంవహనము
convenience :(n)సౌకర్యము
convent :(n)సన్యాసుల మఠము
convention :(n)ఆచారము;సభ
converge :(vi)ఒకచోటకూడు
converse :(vi)మాటలాడు
convert :(vt)మార్చు
convey :(vt)తీసికొనిపోవు;తెలియజేయు
convict :(n)నేరగాడు;ఖైదీ
convulsion :(n)వణకు; ఈడ్పు
cook :(vt.) వండు
cool :(a)చల్లని
cooperate :(vi)సహాయపడు
copper :(n)రాగి
copy :(n)నకలు;ఒరవడి
coral :(n)పగడము
cork :(n)బిరడా
corn :(n)ధాన్యము
corner :(n)మూల
coronation :(n)పట్టాభిషేకము
corps :(n)పటాలము
corpse :(n)శవము
correct :(vt)దిద్దు;శిక్షించు
correspondence :(n)ఉత్తరప్రత్యుత్తరములు

corridor :(n)నడవ
corrupt (vt)చెడగొట్టు
cosmopolitan :(a)సర్వసమభావము గల
cost .(n)వెల;అయినఖర్చు
cot .(n)మంచము
cotton (n)దూది
cough :(n)దగ్గు
council :(n)ఆలోచనసభ
counsel :(n)ఆలోచన
count :(vt)లెక్కపెట్టు
counterfeit (a)కృత్రిమమైన
country .(n)దేశము;పల్లెటూరు
couple (n)జత;భార్యాభర్తలు
courage :(n)ధైర్యము
courageous .(a)ధైర్యముగల
course :(n)పాఠ్యాంశములు
court :(n)న్యాయస్థానము;ఆస్థానము
courtesy :(n)మర్యాద
cover :(vt)మూయు (n)మూత;కవరు
coward :(n)పిరికివాడు
crab (n)పీత
crack .(n)పగులు
cradle (n)ఉయ్యాల
craft .(n)తంత్రము,పని
crash (vi) ఫెళఫెళమను
crave :(vt) వేడుకొను
crawl .(vi)ప్రాకు
cream (n)సారము;మీగడ
create :(vt)సృజించు
creation (n)సృష్టి
creator :(n)సృష్టికర్త
creature :(n)ప్రాణి;జీవి
credit (n)జమ,నమ్మకము;పరపతి
credulous .(a)సులభముగానమ్మెడు
creed .(n)విశ్వాసము;మతము
creep .(vi)ప్రాకు
creeper (n)తీగ,లత
cremate :(vt)దహనముచేయు
crescent .(n)అర్ధ చంద్రుడు
crest (n)శిఖ;తురాయి
cricket :(n)కీచురాయి;క్రికెట్
crime :(n)నేరము
criminal (n)అపరాధి
crimson .(n)తెంపువన్నె
cringe :(vt)దేవురించు
cripple :(n)కుంటివాడు
crisis :(n)సందిగ్ధస్థితి
crisp .(a)కరకరలాడెడు
criterion (n)లక్షణము
critic : (n) విమర్శకుడు
criticise :(vt)విమర్శించు
criticism :(n)విమర్శ
croak :(n)కప్పఅరుపు
crockery :(n)పింగాణి సరకు
crocodile .(n)మొసలి
crooked :(a)వంకరైన
crop .(n)పైరు,పంట
crore (n)కోటి
cross .(n)సిలువ (vt)దాటిపోవు
cross-eyed (a) మెల్లకన్నుగల
crouch (vi)నక్కియుండు
crow .(n)కాకి
crow-bar :(n)గునపము
crowd (n)గుంపు
crown :(n)కిరీటము;శిఖరము;ప్రభుత్వము
crucial :(a)చాలముఖ్యమైన
crucible (n)మూస
crucify .(vt)సిలువవేయు
cruel .(a)క్రూరమైన
cruelty .(n)క్రౌర్యము
crude :(a)మోటు
cruiser .(n)యుద్ధవుఓడ
crumb :(n.)రొట్టెముక్క

crumble .(vi)పొడియగు
crush ·(vt)నలగగొట్టు
crust :(n)గుల్ల
crutch :(n.)చంకకఱ్ఱ
cry :(vi.)అఱచు;ఏడ్చు
cryptic :(a)అతిరహస్యమైన
crystal ·(n.)స్ఫటికము
cub :(n)కూన;పిల్ల
cube (n.)ఘనము
cube root (n.)ఘనమూలము
cubit :(n)మూర
cuckoo ·(n)కోయిల
cucumber (n.)దోసకాయ
cudgel :(n)బడిత
culpable (a.)నేరముగల
culprit :(n.)అపరాధి
cult :(n)మతము
cultivate .(vt.)సాగుచేయు
cultivation (n.)సేద్యము
cultivator (n.)సేద్యగాడు
culture (n)సంస్కృతి
cumbersome ·(a)బరువైన
cumin .(n)జీలకఱ్ఱ
cunning (a)జిత్తుఁమారియైన
cup (n)గిన్నె;పాత్ర
cupboard .(n.)బీరువా
Cupid (n)మన్మథుడు
curb :(vt)అణచు
curd :(n)పెరుగు
cure (n.)బాగగుట;మందు (vt.)బాగుచేయు
curiosity ·(n.)జిజ్ఞాస
curious .(a.)ఆసక్తిగల
curl :(n.)చుట్ట;ఉంగరపువెండ్రుక
currency .(n)కరెన్సీ
current :(a)అమలులోనున్న (n.)శక్తి;ప్రవాహము
curriculum .(n)పాఠ్యప్రణాళిక
curry ·(n)కూర
curry-leaf :(n)కరివేపాకు
curse (n.)తిట్టు;శాపము
cursory ·(a.)పైపై
curt :(a)మోటైన
curtail (vt.)తగ్గించు
curtain ·(n.)తెర
curvature :(n)వంపు
curve (n)వక్రరేఖ
cushion .(n.)మెత్త;దిండు
custodian .(n.)సంరక్షకుడు
custody .(n.)కావలి;సంరక్షణ;చెఱ
custom ·(n)ఆచారము
customary ·(a.)వాడుకైన
customer ·(n.)ఖాతాదారుడు
cut :(vt.)కోయు;నఱకు
cutchery :(n)కచ్చేరి
cutlery ·(n.)కత్తులు మొ సామానులు
cut-throat ·(n.)హంతకుడు
cycle ·(n)చక్రము;సైకిలు
cyclic .(a.)తిరిగితిరిగివచ్చునట్టి
cyclone .(n.)గాలివాన; తుఫాను
cylinder (n)స్తూపము
cynic .(n)మనుష్యద్వేషి
cynicism (n)మనుష్యద్వేషము
cyst ·(n.)తిత్తి
czar ·(n.)రష్యాచక్రవర్తి

D

dab .(n.)ముద్ద;తట్టుట
dacoit :(n)బందిపోటుదొంగ
dacoity :(n)దోపిడి
dad :(n)నాన్న;తండ్రి
daffodil .(n.)పుష్పవిశేషము
dagger (n)బాకు

daily (adv.)ప్రతిదినము
daintiness (n)రుచి
dainty .(a)రుచిగల
dais (n)అరుగు; తిన్నె
dal (n)పప్పు
dally (vi)సరసమాడు
damage (n)నష్టము
damn (vt)ఖండించు
damp (a)చెమ్మగానున్న
dampness (n)చెమ్మ;తేమ
damsel (n)కన్య;యువతి
dance (vi)నృత్యముచేయు
(n.)నృత్యము;నాట్యము
danger (n)అపాయము
dangeious (a)అపాయకరమైన
dangle (vi)వ్రేలాడు
dare .(vt & vi)సాహసించు
daring (a.)సాహసముగల
dark (a)చీకటియైన
darkness (n)చీకటి,అజ్ఞానము
darling .(n.)ప్రియుడు
darn (vt.)రఫ్పుతీయు
dart (vt)వేయు;విసరు
dash (vt.)కొట్టు,విసరికొట్టు
dastard (n)పిరికివాడు
date (n.)తేది
dated .(a)తేదీగల
datura .(n)ఉమ్మెత్తచెట్టు
daughter (n)కూతురు
daughter-in-law (n)కోడలు
dauntleesly .(adv.)నిర్భయముగా
dawdle (vi.)కాలమువ్యర్థపుచ్చు
dawn .(n)ప్రాతఃకాలము
day :(n.)దినము;పగలు
daylong :(a.)దినమంతయు
dazzling (a.)కండ్లుచెదరునట్లుచేయు
dead :(a)చనిపోయిన
deadly .(a.)ప్రాణాంతకమైన
deaf (a)చెవిటి
deafness (n)చెవుడు
deal (n)భాగము,బేరము
dealer (n)వర్తకుడు
dear (a)ప్రియమైన
dearth :(n)కఱవు
death :(n)మరణము;చావు
death-blow (n.)చావుదెబ్బ
debar (vt)అడ్డగించు
debase (vt)నీచపఱచు
debate (n)వాదన;తర్కము
(vt.)వాదించు
debility (n)బలహీనత
debit (n)అప్పు;ఖర్చు
debris (n); చెత్త
debt (n.)ఋణము
debtor (n)ఋణగ్రస్తుడు
decade (n)దశాబ్దము
decadence (n)క్షయము
decamp (vi.)పాఱిపోవు
decay (n.)క్షయము(vi.)క్షీణించు
decayed (a)క్రుళ్ళిన
decease (n)చావు
deceit (n)మోసము
deceitful :(a)మోసమైన
deceive .(v t.) మోసము చేయు
decency :(n)మర్యాద
decent :(a)తగిన
deception (n)మోసము
decide .(v t. & v i)నిశ్చయించు
decidedly .(adv.)నిశ్చయముగా
decimal (n.)దశాంశము
decipher (v.t)విడదీయు
decision :(n)తీర్పు; నిశ్చయము
decisive (a.)దృఢమైన
deck (n)ఓడపైభాగము

declaration (n.)ప్రకటన
declare .(v.t.)ప్రకటించు
decline (v.i.)క్షీణించు (v.t.)అక్కఱలేదను
decoction (n.)కషాయము
decomposed (a.)క్రుళ్లిపోయిన
decorate (v.t.)అలంకరించు
decoration .(n.)అలంకారము
decorum (n.)మర్యాద
decoy (v.t.)ఆశ చూపి వంచించు
decrease (v.i.)తగ్గు(v.t.)తగ్గించు (n.)తగ్గుదల
decree .(n.)తీర్పు; ఆజ్ఞ
decry :(v.t.)నిందించు
dedicate (v.t.)అంకితము చేయు
deduce (v.t.)ఊహించు
deduct .(v.t.)తీసివేయు
deed .(n.)పని; దస్తావేజు
deem (v.t. & v.i.)తలచు
deep (a.)లోతైన;గంభీరమైన
deer ·(n.)లేడి, దుప్పి; జింక
deface (v.t.)రూపు చెడగొట్టు
defalcate (v.i.)అపహరించు
defamation .(n.)అపఖ్యాతి
defamatory (a.)అపఖ్యాతికరమైన
defame .(v.t.)అపఖ్యాతి కలుగజేయు
default .(n.)లోపము; నేరము
defaulter (n.)అపరాధి
defeat (n.)ఓటమి(v.t.)ఓడించు
defect (n.)లోపము; తక్కువ
defective ·(a.)లోపము గల
defence :(n.)రక్షణ; ప్రతివాదము
defend ·(v.t.)రక్షించు
defendant (n.)ప్రతివాది; ముద్దాయి
defer .(v.t.)నిలిపి పెట్టు
defiance ·(n.)తిరస్కారము
deficiency (n.)తక్కువ; లోపము
deficient ·(a.)లోపము గల
deficit (n.)లోటు
define (v.t.)నిర్వచించు
definite .(a.)స్పష్టమైన
definition (n.)నిర్వచనము
deflect ·(v.i.)ప్రక్కకు తిరుగు
deformity (n.)కురూపము
deft ·(a.)నేర్పు గల
defy ·(v.t.)ధిక్కరించు
degenerate ·(v.i.)క్షీణించు
degree ·(n.)అంతస్తు; స్థానము; అంశము, పట్టము
deify ·(v.t.)దైవముగా ఎంచు
deity ·(n.)దైవము
dejection (n.)విచారము
delay (n.)ఆలస్యము
delegate :(n.)ప్రతినిధి
deliberate ·(a.)ఉద్దేశ్యపూర్వకమైన
delicacy (n.)నాజూకు
delicate :(a.)నాజూకైన
delicious ·(a.)రుచి గల
delight (n.)సంతోషము
delinquent ·(a.)తప్పు చేసిన
delirium (n.)తెలివి తప్పిన స్థితి
deliver (v.t.)విముక్తి చేయు; ప్రసవించు, ఇచ్చి వేయు
deliverance .(n.)విమోచనము
delivery (n.)విముక్తి; ప్రసవము; ఇచ్చివేయుట
delude ·(v.t.)భ్రమింపజేయు
deluge ·(n.)జలప్రళయము
demand (v.t.)అధికారముతో అడుగు
demeanour .(n.)ప్రవర్తన
demerit :(n.)దోషము
demise (n.)చావు
democracy (n.)ప్రజాస్వామ్యము
demolish :(v.t.)పడగొట్టు

demon (n.)దయ్యము; పిశాచము
demonstrate (v.t.)నిదర్శనము చూపు
demur (v.i.)ఆక్షేపించు
den .(n.)గుహ
denial :(n.)కాదనుట
denominator .(n.)హారము
denote :(v.t.)తెలియ జేయు
denounce (v.t.)ఆక్షేపించు
dense (a.)దట్టమైన
dent .(n.)నొక్కు; గంటు
dental .(a.)దంత సం.
dentist (n.)దంతవైద్యుడు
dentition .(n.)పండ్లు మొలచుట
denunciation (n.)ఆక్షేపణ
deny (v.t.)కాదను
depart (v.i.)విడిచిపోవు; చనిపోవు
department .(n.)శాఖ; భాగము
departure :(n.)ప్రయాణము; చావు
depend (v.i.)ఆధారపడు
dependant .(n.)ఆశ్రితుడు
depict :(v.t.)వర్ణించు
deplorable .(a.)దుఃఖకరమైన
deplore (v.t.)దుఃఖించు
deponent (n.)సాక్షి
deportment (n.)వైఖరి; ప్రవర్తన
depose :(v.t.)స్థానభ్రష్టుని చేయు; వాఙ్మూలం ఇచ్చు
deposit .(v.t.)ఉంచు; పెట్టు
deposition :(n.)వాఙ్మూలము
depot (n.)కొట్టు
deprave :(v.t.)నీతి చెరుచు
depravity :(n.)చెడ్డ నడత
depreciation (n.)వెల తగ్గించుట
depredation :(n.)దోపిడి
depress (v.t.)అణచు
depressed :(a.)మనసు క్రుంగిన
depression :(n.)పల్లము; విచారము; మాంద్యము
deprive :(v.t.)పోగొట్టు
depth .(n.)లోతు; గాంభీర్యము
derelection .(n.)అశ్రద్ధ
deride (v.t.)ఎగతాళి చేయు
derision (n.)ఎగతాళి
derivation :(n.)పుట్టుక; శబ్దవ్యుత్పత్తి
derive :(v.t.)పొందు
derogatory (a.)మర్యాదకు తక్కువైన
descend (v.t.)దిగు; దిగివచ్చు
descendant (n.)సంతతివాడు
descent :(n.)దిగుట
describe :(v.t.)వర్ణించు
description :(n.)వర్ణన
desert :(n.)ఎడారి
deserve (v.t.)తగియుండు
deserving :(a.)తగిన
design :(n.)మాదిరి; పన్నుగడ
designation .(n.)పేరు; ఉద్యోగ హోదా
desirable (a.)కోరదగిన
desire :(n.)కోరిక(v.t.)కోరు
desist .(v.i.)మానుకొను
desk :(n.)ఏటవాలు బల్ల
desolate .(a.)నిర్జనమైన
despair :(n.)నిరాశ
despatch :(v.t.)పంపు; చంపు
desperate :(a.)ఆశలేని; అన్నిటికి తెగించిన
despicable :(a.)హేయమైన
despite :(n.)ద్వేషము
despoil :(v.t.)దోచుకొను
despot :(n.)నిరంకుశ ప్రభువు
destination (n.)గమ్యస్థానము

destiny .(n.)విధి; అదృష్టము
destitute :(a.)దిక్కు లేని
destroy (v t)నాశనము చేయు
destruction (n.)నాశనము
destructive (n)పాడుచేయు
detach :(v t)విడదీయు
detail :(n.)వివరణము
detain (v.t)నిలుపు
detect .(v t)కనిపెట్టు
detective (n.)రహస్యముల జాడతీయువాడు
detention (n)ఆటంకము
deter (v t.)ఆటంకపఱచు
deterioration .(n.)గుణము చెడుట
determination .(n)నిశ్చయము
determine :(v.t.)నిశ్చయించు
detest :(v.t.)గర్హించు
dethrone :(v.t.)రాజ్యభ్రష్టుని చేయు
detract :(v t.)తక్కువ పఱచు
detrimental :(a)హానికరమైన
devastation :(n.)నాశనము
develop :(v t)వృద్ధిచేయు
development (n)అభివృద్ధి
deviate .(v i.)క్రమము నుండి తొలగు
device .(n.)ఉపాయము; సాధనము
devil (n)దయ్యము
devilish :(a)అతిదుష్టమైన
devious (a)దారి తప్పిన
devise (v.t.)ఉపాయము చేయు
devoid .(a.)లేకుండ ఉన్న
devolve .(v.i.)పడు; వచ్చు
devote :(v t)ఉపయోగించు; సమర్పించు
devoted :(a.)భక్తిగల
devotee :(n.)భక్తుడు
devotion .(n.)భక్తి
devour :(v.t)మ్రింగివేయు
devout :(a)భక్తి గల

dew .(n.)మంచు
dewlap :(n.)గంగడోలు
dexterous (a)నేర్పుగల
diabetes .(n)మధుమేహము
diabolical .(a)చెడ్డ; క్రూరమైన
diagnose (v.t)లక్షణములనుబట్టి నిశ్చయించు
diagnosis (n.)రోగ నిదానము
diagonal .(n.)కర్ణము
diagram :(n)రేఖాచిత్రము
dial :(n.)గడియారపు ముఖము
dialect (n)భాష
dialogue .(n)సంభాషణ
diameter (n.)వ్యాసము
diametrically :(adv)కేవలము విరుద్ధముగా
diamond (n.)వజ్రము
diaphragm :(n)విభాజకము
diarrohea :(n.)గ్రహణి; అతిసారము
diary :(n.)దినచర్య వ్రాసెడు పుస్తకము
dictate (v t.)ఆజ్ఞాపించు; చెప్పి వ్రాయించు
dictation (n)ఆజ్ఞ; చెప్పి వ్రాయించుట
dictator (n.)సర్వాధికారి
dictatorial :(a.)నిరంకుశమైన
diction :(n)శైలి
dictionary :(n.)నిఘంటువు
dictum :(n.)విధి; ఆజ్ఞ
die .(n)పాచిక; ముద్ర; అద్దకము (v.i.)మరణించు
diet :(n.)ఆహారము; పథ్యము
differ .(v.i.)భేదించు
difference :(n)భేదము
different :(a)భేదమైన
difficult .(a.)కష్టమైన
difficulty .(n.)కష్టము; ఇబ్బంది
diffident :(a.)ధైర్యము లేని

diffuse (v t)వ్యాపింపజేయు
dig ·(v t)త్రవ్వు
digest ·(v t)జీర్ణము చేసికొను; సంగ్రహించు
digestion (n)జీర్ణము
digit .(n)అంకె; వ్రేలు; రాశి
dignified .(a)గౌరవము గల
dignitary (n)ప్రముఖుడు
dignity (n)గౌరవము
digression (n)ఉపకథ
dilapidated ·(a)పాడుపడిన
dilate (v i)విస్తరించు; ఉబ్బు
dilatory .(a)ఆలస్యము చేసెడు
dilemma (n)సందిగ్ధస్థితి
diligence .(n)శ్రద్ధ
diligent (a)శ్రద్ధగల
dilute ·(v t.)పలుచనచేయు
dim (a)కాంతిలేని
dimension ·కొలత; పరిమాణము
diminish (v t)తగ్గించు
diminutive (a.)చిన్న
dimple (n)పల్లము; సొట్ట
din :(n)అఱపు; ధ్వని
dine :(v.i)భోజనము చేయు
ding (v i)ధ్వని చేయు
ding-dong (n.)గణగణ ధ్వని
dinner ·(n)విందు; మధ్యాహ్న భోజనము
dint ·(n)నొక్కు; బలము
dip :(v t.)ముంచు
diphtheria .(n)కంఠసర్పి
diploma :(n)పన్నదు
diplomacy .(n)రాజతంత్రజ్ఞత
diplomat (n)రాజతంత్రజ్ఞుడు
dire (a.)భయంకరమైన
direct (a)ప్రత్యక్షమైన(vt)త్రోవచూపు; ఆజ్ఞాపించు; నడుపు
direction ·(n)మార్గము; దిక్కు; ఆజ్ఞ; నిర్వాహకత్వము
director .(n)నడుపువాడు
dirge .(n)విషాదగీతము
dirt (n.)ములికి; మైల
dirty :(n.)ములికియైన
disability .(n.)అశక్తి; అనర్హత
disable .(vt.)హక్కును పోగొట్టు
disadvantage (n)లోపము; అననుకూలము
disaffection (n.)కోపము
disagree ·(vt)భేదించు
disagreeable .(vt)సరిపడని; అసహ్యమైన
disallow (vt)నిషేధించు
disappear (vt)అదృశ్యమగు
disappoint ·(vt)ఆశాభంగముచేయు
disappointment .(n)ఆశాభంగము
disapprove .(vt.)అంగీకరించకపోవు
disarm .(vt.)నిరాయుధునిచేయు
disarrange ·(vt)వరుసతప్పించు
disaster ·(n)విపత్తు;ఆపద
disastrous .(a.)విపత్కరమైన
disavow ·(vt.)తనకుసంబంధములేదను
disband :(vt.)ఎత్తివేయు
disbelieve .(vt.)నమ్మకపోవు
disburse ·(vt)చెల్లించు
disc :(n)గుండ్రనిబిళ్ల
discard :(vt)విడిచిపెట్టు

discern (vt)తెలిసికొను
discerning (a.)తెలివిగల
discharge:(vt)విసర్జించు;విడుదలచేయు
disciple .(n)శిష్యుడు
discipline :(n)క్రమశిక్షణ
disclaim :(vt)తనదికాదను
disclose :(vt)వెల్లడించు
disclosure .(n)వెల్లడిచేయుట
discomfiture (n)ఓటమి
discomfort (n.)అసౌకర్యము
disconcert :(vt.)భంగపఱచు
disconnect :(vt.)వేఱుచేయు
discontentment :(n.)అసంతుష్టి
discontinue .(vt)నిలుపు; చాలించు
discord (n)విరోధము, అసమ్మతి
discount :(n)వట్టము; రుసుము
discountenance .(n.)ఉపేక్ష
discourage :(vt.)అధైర్యపఱచు
discourse :(n.)ప్రసంగము
discourteous :(a)అమర్యాదయైన
discourtesy :(n)అమర్యాద
discover :(vt.)కనిపెట్టు
discoverer (n.)కనిపెట్టువాడు
discovery .(n.)కనిపెట్టుట
discredit .(n.)అప్రతిష్ఠ
discreet .(a)విచక్షణగల
discrepancy .(n)భేదము
discretion :(n.)వివేకము; విచక్షణ
discriminate (vt)వేఱుచేయు
discus :(n.)చక్రము
discuss :(vt)వాదించు,
చర్చించు
discussion (n.)వాదము; చర్చ

disdain (v.t.)తిరస్కరించు
disease :(n)రోగము
disembark (v.t)ఓడనుండిదించు
disengage :(v t)విడదీయు
disentangle :(vt.)విడిపించు
disfavour :(n.)అనుగ్రహము లేమి
disfigure :(vt.)కురూపము చేయు
disfigured .(a)అంద వికారము చేయ బడిన
disfranchise (vt)ఓటు హక్కును తొలగించు
disgorge .(vt.)కక్కు
disgrace .(n.)అవమానము, తల వంపు
disguise :(n)మాఱువేషము (v t.)మాఱు వేషము వేయు
disgust (n.)అసహ్యము; విసుగు
dish :(n.)పళ్లెము; చట్టి
dishearten :(vt)అధైర్యపఱచు
dishonest . (a.)నీతి లేని
dishonour (v t)అవమానపఱచు
dishonourable (a)అవమానకర మైన
disillusion .(n)భ్రమను పోగొట్టుట
disinfect .(v t)శుభ్రపఱచు
disinherit :(v t.)వారసత్వము నుండి తప్పించు
disintegrate :(v.i.)శిథిలమైపోవు
disinterested : (a)నిష్పక్షపాతమైన
disk :(n.)గుండ్రని బిళ్ల; చక్రము
dislike .(v t.)ద్వేషించు
dislocate (v t)కీలు తప్పించు; పాడు చేయు

disloyal : (a.)స్వామిద్రోహియైన
dismal : (a.)దుఃఖకరమైన
dismantle :(v.t.)ధ్వంసము చేయు
dismay (n.)భయము; దిగులు
dismiss :(v.t.)తొలగించు; కొట్టివేయు
dismissal (n.)తొలగింపు
disobedient : (a.)అవిధేయుడైన
disobey (v.t & v.i)అవిధేయతతోనుండు
disorder :(n.)క్రమభంగము, అల్లరి
disown (v.t.)ఒప్పుకొనకపోవు
disparage (v.t.)తక్కువపఱచు
disparity :(n.) హెచ్చుతగ్గు
dispassionately (adv.)నిష్పక్షపాతముగా
dispel (v.t.)పోగొట్టు
dispensary (n.)వైద్యశాల
dispensation :(n.)ఇచ్చుట; దైవవిధి
dispense :(v.t.)పంచిపెట్టు
disperse (v.t.)చెదరగొట్టు
dispirited : (a.)ధైర్యము చెడిన
displace .(v.t.)స్థలము నుండి తప్పించు
display .(v.t.)ప్రదర్శించు
displease :(v.t.)కోపము కలిగించు
displeasure .(n.)కోపము
dispose (v.t.)పరిష్కరించు; క్రమపఱచు
disposition :(n.)ఇష్టము; స్వభావము
dispute (n.)వివాదము
disqualify :(v.t.)అర్హత లేకుండ చేయు
disquiet (n.)చింత; కలత
disquisition .(n.)ప్రసంగము, వ్యాసము
disregard (v.t.)అలక్ష్యము చేయు
disrepute .(n.)అపఖ్యాతి
disrespect (n.)అగౌరవము
disruption (n.)భంగము
dissatisfaction .(n.)అసంతృప్తి
dissect (v.t.)ఛేదించు
dissection (n.)ఛేదనము
dissemble .(v.t.)నటించు
disseminate :(v.t.)వ్యాపింపజేయు
dissension (n.)విరోధము
dissent :(n.)భిన్నాభిప్రాయము
dissertation (n.)ప్రసంగము; వ్యాసము
disservice (n.)అపకారము
dissident . (a.)అంగీకరించని
dissimilar : (a.)పోలికలేని
dissipation (n.)వ్యర్థము
dissociate (v.t.)వేఱుచేయు
dissociation (n.)వేఱుచేయుట
dissolute (a.)దుష్ప్రవర్తనముగల
dissolution :(n.)రద్దుచేయుట
dissolve .(v.t.)కరగించు; రద్దుచేయు
dissuade .(v.t.)వద్దనిబోధించు
distance .(n.)దూరము
distant . (a.)దూరపు
distaste (n.)అరుచి
distil .(v.t.)ఆవిరి చేసి చల్లార్చు
distillery :(n.)సారాయి బట్టీ
distinct : (a.)ప్రత్యేకమైన; స్పష్టమైన
distinction (n.)ప్రత్యేకత; ఘనత
distinguish .(v.t.)భేదమును కనబఱచు
distinguished: (a.)ఘనతకెక్కిన
distort .(v.t.)విరూపము చేయు

distract :(v.t.)మనసు చెదరగొట్టు
distress (n.)దుఃఖము; ఆపద
distribute .(v.t.)పంచిపెట్టు
district (n.)జిల్లా
distrust (n.)అపనమ్మకము
disturb .(v.t.)కలతపఱచు
disunite .(v.t.)వేఱుచేయు
disuse :(n.)వాడుకలో లేకుండుట
ditch (n.)అగడ్త
ditto :(n.)పైన చెప్పినది; అదే
ditty (n.)పదము; పాట
divan (n.)దివాణము
dive (v.i.)మునుగు
divergence (n.)వికేంద్రీకరణ
diverse (a.)నానావిధమైన
diversion :(n.)వినోదము
divert .(v.t.)మరలించు
divest :(v.t.)లేకుండచేయు
divide .(v.t.)భాగించు; పంచిపెట్టు
dividend .(n.)లాభములోవంతు; భాజ్యము
divinity (n.)దైవత్వము
division (n.)పంపకము; భాగహారము
divisor (n.)భాజకము
divorce (n.)వివాహవిచ్ఛేదము
divulge :(v.t.)వెల్లడిచేయు
dizzy (a.)తల తిరుగుచున్న
do (v.t.)చేయు
docile : (a.)శాంతమైన
dock :(n.)ఓడలుమరమ్మతుచేయురేవు
doctor :(n.)వైద్యుడు
doctrine :(n.)సిద్ధాంతము
document .(n.)దస్తావేజు
dodge (v.t.)తప్పించుకొను
doe .(n.)ఆడుజింక
dog (n.)కుక్క
dogged (a.)పట్టువిడువని
dogma (n.)సిద్ధాంతము
dogmatism .(n.)పిడివాదము
doing (n.)చేత
dole (n.)భిక్షము
doll (n.)బొమ్మ
dolt :(n.)మందమతి
domain (n.)రాజ్యము; అధికారము
dome (n.)గుమ్మటము వంటి శిఖరము
domestic . (a.)పెంపుడు
domesticate .(v.t.)మచ్చికచేయు
domicile :(n.)వాస స్థానము
dominant (a.)ప్రబలమైన
dominate : (a.)ఏలు; పాలించు
dominion :(n.)రాజ్యము
donation :(n.)దానము; బహుమానము
donkey (n.)గాడిద
donor (n.)దాత
doom (n.)శిక్ష; విధి; అదృష్టము
door (n.)ద్వారము; తలుపు
door-sill (n.)గడప
dose .(n.)ఒకసారికి మోతాదు
dot :(n.)చుక్క; బొట్టు
dotage .(n.)పిచ్చిప్రేమ
dote :(v.t.)మితిమీఱి ప్రేమ చూపు
double : (a.)రెట్టింపైన
double-dealer : (a.)మోసగాడు
doubt (n.)సందేహము(v.t.)సందేహించు

doubtful (a.)సందేహామైన
doubtless (a.)నిస్సందేహముగా
doughty (a.)పరాక్రమము గల
dove (n.)పావురము
down (adv & p)క్రింద, అడుగున
downfall (n)పతనము
downpour (n)జడివాన
downstairs (adv)మేడ క్రింద
dowry (n)హరణము, కట్నము
doze (v i)కునుకు
dozen (n)పండ్రెండు
draft .(n)ముసాయిదా, హుండీ
drag (v.t)ఈడ్చు
drag-net (n)పెద్ద విసరు వల
dragonfly (n)తూనీగ
drain (n)మురికి నీటి కాలువ
drainage (n)మురుగునీటి కాలువల ఏర్పాటు
drama (n)నాటకము
drastic (a)కఠినమైన
draw (v t)ఈడ్చు, గీయు
drawback (n)ప్రతిబంధము; లోపము
drawer (n)సొరుగు
drawing (n)చిత్రలేఖనము; చిత్రము
dread (n)భయము; దిగులు
dreadful (a)భయంకరమైన
dreadless (a.)నిర్భయమైన
dream (n)కల
dreary (a)బావురుమనుచున్న
drench (v.t)తడుపు; ముంచు
dress .(n)బట్టలు(v t.)బట్టలు తొడుగు
drift (n)కొట్టుకొనిపోవుట
drill (v t)రంధ్రముచేయు; అభ్యసించు (n)కవాతు; బరమా
drink (v.t)త్రాగు(n)పానీయము; సారాయి
drip .(v i)కారు
drive .(v t)తోలు; నడపు, వెంటతఱుము
driver (n)తోలువాడు, సారథి
drizzle (v i)తుంపరలుగా వర్షించు
droll (n)హాస్యగాడు
drone (n)మగతేనెటీగ; సోమరి
droop (v i)వ్రేలబడు
drop (n)చుక్క(v t)జారవిడుచు; నిలిపివేయు(v i.)చుక్కలుగాపడు; నిలిచిపోవు
dropsy (n)జలోదరము
drought (n)వర్షము లేమి, కఱవు
drove .(n.)మంద; గుంపు
drown (v t.)ముంచు(v t)మునిగిపోవు
drowsiness (n)నిదురమత్తు
drudgery .(n)మిక్కిలి కష్టమైన పని
drug (n)మందు
drum (n)డోలు; కర్ణభేరి
drunkard (n)త్రాగుబోతు
dry : (a)ఎండిన; వట్టిపోయిన
dual . (a.)జంటయైన
dualism :(n.)ద్వైతము
dubious (a)సందేహామైన
ducat (n)ఒక నాణెము
duck (n)పొట్టిబాతు; ఆడుబాతు
duct .(n)నాళము
ductile (a.)తిగగా సాగునట్టి

due : (a.) ఇయ్యవలసిన, తగిన, ధర్మమైన (n.) రావలసినది, బాకీ
duel : (n.) ద్వంద్వ యుద్ధము
duffer : (n.) పనికిమాలినవాడు
duke : (n.) ప్రభువు
dull : (a.) మందబుద్ధియైన
dullard : (n.) మందబుద్ధి
duly : (adv.) తగినట్లుగా
dumb : (a.) మూగయైన
dunce : (n.) మందమతి
dune : (n.) ఇసుకదిబ్బ
dung : (n.) పేడ
dungeon : (n.) చెఱసాల, చీకటిగది
dunghill : (n.) పేడకుప్ప
duodenum : (n.) అంత్రమూలము
dupe : (v.t.) మోసపుచ్చు
duplicate : (n.) ప్రతి, నకలు
duplicity : (n.) కపటము
durable : (a.) చాలాకాలము మన్ను-నట్టి
duration : (n.) కాలము
duress : (n.) ఖైదు
during : (p.) కాలమున, అప్పుడు, లో
dusk : (n.) సందెచీకటి
dust : (n.) దుమ్ము, పొడి
duster : (n.) దుమ్ము తుడుచు గుడ్డ
dusty : (a.) దుమ్ముతో కప్పబడి-యున్న
dutiful : (a.) కర్తవ్యమెఱిగిన
duty : (a.) కర్తవ్యము, ధర్మము, సుంకము
dwarf : (n.) మఱుగుజ్జు
dwell : (v.i.) నివసించు
dwelling : (n.) నివాసము
dwindle : (v.i.) క్షీణించు
dye : (n.) రంగు (v.t.) రంగు వేయు
dynamo : (n.) విద్యుజ్జనని
dynasty : (n.) రాజవంశము
dysentery : (n.) గ్రహణి
dyspepsia : (n.) అజీర్ణవ్యాధి
dysury : (n.) మూత్రకృచ్ఛ్రము

E

each : (a. & pro.) ఒక్కొక్క, ప్రతి, ఒక్కొక్కరు
eager : (a.) ఆత్రము కల, ఆశగల
eagerness : (n.) ఆత్రము
eagle : (n.) గ్రద్ద, రాబందు, గరు-త్మంతుడు
ear : (n.) చెవి, ధాన్యపుకంకి
eardrum : (n.) చెవిగూబ
earl : (n.) ప్రభువు
early : (a.) ముందటి, శీఘ్రముగానైన
earn : (v.t.) సంపాదించు
earnest : (a.) మనఃపూర్వకమైన
earnestly : (adv.) మనఃపూర్వక-ముగా
earnest-money : (n.) బయానా
earnings : (n.) సంపాదన
earpick : (n.) గుబిలి తీయు తెడ్డు
earring : (n.) చెవిపోగు
earshot : (n.) వినబడునంతదూరము
earth : (n.) భూమి, భూగోళము, మన్ను
earthen : (a.) మట్టితో చేసిన
earthenware : (n.) మట్టి పాత్రలు
earthly : (a.) ఐహికమైన

earthquake (n)భూకంపము
earthwork .(n.)మట్టిపని
earth-worm (n)వానపాము
ease (n)నెమ్మది; సుఖము; సులభము
easily .(adv)సులభముగా
easiness (n.)సౌలభ్యము
east (n)తూర్పు
eastward (a)తూర్పునకు
easy (a.)సులభమైన
easy-chair (n)పడకకుర్చీ
eat (v.t.)తిను; హరించు
eatable (n)తినుబండము
eater :(n)తినువాడు
eating .(n.)తినుట
eau :(n)నీరు
eavesdrop (v i.)పొంచియుండి విను
ebb .(n)సముద్రపు పోటు
ebony (n)నల్లచేవ మ్రాను
ebullient (a.)ఉత్సాహము కనబఱచెడు
eccentric (a.)విపరీతమైన
eccentricity (n)వైపరీత్యము
echo (n.)ప్రతిధ్వని
eclat (n)జయము;స్తుతి
eclipse :(n)గ్రహణము(v t.) మఱుగుచేయు
economical, :(a)మితవ్యయము చేయు
economics (n.)అర్థశాస్త్రము
economist :(n.)అర్థశాస్త్రవేత్త
economy .(n.)మితవ్యయము; ఆర్థిక విధానము
ecstasy :(n.)పారవశ్యము

edge (n.)అంచు; ఒడ్డు; వాడిమి
edible :(a.)తినదగిన
edict .(n)రాజాజ్ఞ
edifice (n)కట్టడము
edit :(v.t.)ప్రకటించు
edition (n)ఒకసారి అచ్చువేయించిన గ్రంథము
editor (n)సంపాదకుడు
editorial (n.)సంపాదకీయము
educate (v t)చదువుచెప్పు
educated (a) విద్యావంతుడైన
education (n)విద్య
educationist .(n)విద్యావేత్త
educator (n)చదువుచెప్పువాడు
efface .(n.)తుడిచివేయు
effect .(n.)ఫలము;కార్యము(vt)కలిగించు
effective .(a)సార్థకమైన
effectively .(adv)సార్థకముగునట్లు
effeminate :(a.)ఆడంగియైన; పిఱికియైన
effervescence (n.)పొంగు
efficacy (n)సార్థక్యము
efficiency .(n)సామర్థ్యము
effficient (a.)సామర్థ్యముగల
effigy :(n)ప్రతిమ
efflux (n)స్రావము
efffort .(n.)ప్రయత్నము
effusion :(n.)స్రవించుట
egg:(n.)గ్రుడ్డు
ego (n)తాను, నేను
egoism (n.)అహంకారము
egoistic:(a.)అహంకారమును తెలిపెడు
egregious (a)ఘోరమైన

eight (n& a.) ఎనిమిది

eighteen (n& a.) పదునెనిమిది

eighty.(n& a) ఎనుబది

either (a& pro) రెంటిలో ఒకటి

ejaculate (vt) వడిగా ఉచ్చరించు

eject (vt) బయటికి త్రోయు

elaborate (a) విస్తారమైన (vt) వివరించు

elastic (a) స్థితిస్థాపకశక్తిగల

elasticity .(n) స్థితిస్థాపకశక్తి

elate (vt) ఉల్లాసపఱచు

elation (n) ఉల్లాసము

elbow (n) మోచేయి

elder (a) పెద్ద

elderly (a.) వయస్సుచెల్లిన

elect (vt) ఎన్నుకొను

election (n) ఎన్నిక

elector (n) ఎన్నుకొనువాడు

electricity .(n) విద్యుచ్ఛక్తి

electrify (vt.) విద్యుచ్ఛక్తినొసగు

elegance (n.) సొగసు

elegant (a) సొగసైన

elegy .(n) శోకగీతము

element (n) మూలకము; భూతము

elementary (a.) ప్రాథమిక

elephant (n) ఏనుగు

elephantiasis (n) బోదకాలు

elevate (vt) పైకెత్తు; ఉత్సాహపఱచు

elevation (n) ఎత్తు; ఘనత, కొండ

eleven (n.& a) పదునొకొండు

elf (n.) పిశాచము

elicit .(vt) బయటికిలాగు; చెప్పించు

eligibility (n.) అర్హత, యోగ్యత

eligible :(a.) అర్హతగల

eliminate (vt) తొలగించు

elimination (n) తొలగింపు

elite .(n) ముఖ్యులు

elixir (n) అమృతము

ellipse (n) అండాకారరేఖ

ellipsis (n) శబ్దలోపము

elocution (n) వక్తృత్వము

elongate (vt) పొడుగుచేయు

elope (vi) లేచిపోవు

eloquence (n.) వాగ్ధాటి

eloquent (a) వాగ్ధాటిగల

else (adv) అటులకానున్న
(a & adv) ఇతరము

elucidate (vt.) తేటపఱచు

elucidation (n) స్పష్టపఱచుట

elude :(vt) తప్పించుకొను

elysium .(n) వైకుంఠము, స్వర్గము

emaciate (vi) శుష్కించు

emaciated (a) శుష్కించిన

emanate (vi) పుట్టు

emancipation (n) దాస్యవిమోచనము

emasculate .(vt) విత్తులుకొట్టు

embank (vt) గట్టువేయు

embark .(vi) ఓడపైకిఎక్కు; ప్రవేశించు, ఆరంభించు

embarrass (vt) కలవరపెట్టు; ఇబ్బందిపఱచు

embarrassment .(n) కలవరము, ఇబ్బంది

embassy .(n) రాయబారికార్యాలయము

embers :(n.) నివురుగప్పిననిప్పు

embezzle .(vt.) అపహరించు; దుర్వినియోగముచేయు

embitter (vt) మనస్తాపముకలిగించు

emblem . (n) చిహ్నము, గుర్తు
embodiment . (n.) మూర్తి
embody · (v t.) రూపొందించు
emboss : (v.t) ఉబుకునట్లుచేయు
embrace · (v.t.) కౌగిలించుకొను, అవలంబించు (n) కౌగిలింత
embroidery . (n) బుటేదారి పని
embryo (n) పిండము, అంకురము
emerald (n) పచ్చ, మరకతము
emerge · (v.i.) బయుటికివచ్చు
emergency · (n) అత్యయికస్థితి
emergent (vi) అత్యయిక
emigrant · (vi) వలసపోయినవాడు
emigrate (vi) వలసపోవు
emigration · (n.) వలసపోవుట
eminence · (n) ఘనత
eminent (a) ఘనమైన
eminently (adv) మిక్కిలి
emissary : (n.) వారుడు
emit · (vt.) వెలిబుచ్చు
emolument : (n) వేతనము
emotion (n) మనోవికారము
emotional (a) మనోవికార సం.
emperor . (n) చక్రవర్తి
emphasis : (n.) నొక్కిచెప్పుట
emphasize · (vt) నొక్కిచెప్పు
emphatic : (a) నొక్కి చెప్పబడిన
empire : (n) సామ్రాజ్యము
empirical : (a.) అశాస్త్రీయమైన
employ (vt) పనిలోనియమించు
employee . (n) ఉద్యోగి
employer : (n) యజమానుడు
employment · (n) ఉద్యోగము, వ్యాపారము

emporium (n) వాణిజ్యస్థానము
empower : (vt.) అధికారమిచ్చు
empress . (n) చక్రవర్తిని
emptiness : (n) శూన్యము
empty : (a) శూన్యమైన (vt) ఖాళీచేయు
emulate (vt) పోటీపడు
enable (vt) సాధ్యముగునట్లుచేయు
enact (vt) చట్టముగాచేయు, ఆడు
encash . (vt.) రొక్కముగామార్చు
enchant · (vt.) మంత్రించు
enchanted · (a) మంత్రబద్ధమైన
enchanter : (n.) మాంత్రికుడు
enchantment · (n) వశీకరణము
encircle · (vt) చుట్టుకొను
enclose . (vt) చుట్టుకొను
enclosure · (n) ఆవరణము
encompass (vt) చుట్టుకొను
encounter · (n) ఎదిరించుట (vt.) ఎదిరించు (vi) ఎదుర్కొను
encourage : (vt.) ఉత్సాహపరచు
encouragement (n.) ప్రోత్సాహము
encroach : (vt.) అతిక్రమించిపోవు
encumbrance : (n.) బరువు, చిక్కు
encyclopaedia : (n.) విజ్ఞానసర్వస్వము
end · (n.) కొన, ముగింపు, మరణము (vt) ముగించు
endanger : (vt) అపాయములోనికి తెచ్చు
endear : (vt.) ప్రియమగునట్లుచేయు
endearing : (a) ప్రీతిగొలిపెడు
endearment : (n) ప్రీతి

endeavour (vi)ప్రయత్నించు(n)ప్రయత్నము
ending (n)ముగింపు
endless ·(a)అంతములేని
endorse (vt)ఆమోదించు
endow (vt)ఇచ్చు
endowment ·(n)దానము
endurance .(n)సహనము
endure ·(vt)సహించు
enduring ·(a)శాశ్వతమైన
enema (n.)వస్తికర్మ
enemy .(n)శత్రువు
energetic .(a.)శక్తిగల
energy (n)శక్తి,బలము
enfeeble (vt)దుర్బలముచేయు
enforce (vt.)అమలులోనికితెచ్చు
engage (vt)పనిపెట్టు
engagement (n)పని;ప్రధానము; ఒప్పందం
engine (n)యంత్రము,ఇంజను
engineer ·(n)ఇంజనీరు
English .(n)ఆంగ్లభాష
Englishman ·(n.)ఆంగ్లేయుడు
engrave :(vt)చెక్కు
engross (vt)ఆకర్షించు
engulf (vt.)మ్రింగివేయు
enhance (vt)అధికముచేయు
enigma .(n)చిక్కుప్రశ్న
enjoin ·(vt)ఆజ్ఞాపించు
enjoy ·(vt)అనుభవించు
enjoyable (a.)అనుభవింపదగిన
enjoyment (n.)భోగము;అనుభవము
enlarge (vt.)పెద్దదిగాచేయు
enlighten ·(vt)విశదపఱచు
enlightened (a)జ్ఞానముపొందిన
enlist ·(vt)కలుపుకొను
enliven (vt)ఉల్లాసపఱచు(vt)శత్రుత్వము
enmity ·(vt)శత్రుత్వము
ennoble (vt)గొప్పచేయు
enormous .(a)అపరిమితమైన
enough (n & a)కావలసినంత
enquire (vt & vi)విచారించు
enrage (vt)కోపముతెప్పించు
enrapt ·(a)పరవశుడైన
enrich ·(vt)ధనవంతునిగాచేయు
enrol (vt)పట్టీలోచేర్చుకొను
enshrine (vt.)భక్తితోకాపాడు
ensign .(n)ధ్వజము,జెండా
ensue (vi)సంభవించు
ensure (vt.)నిశ్చయపఱచు
entanglement .(n)చిక్కు
enter (vt & vi)ప్రవేశించు
enterprise వ్యాపారము
entertain :(vi)సత్కరించు
entertainment :(n)సత్కారము;ఆతిథ్యము;వినోదము
enthrone ·(vt)సింహాసనమెక్కించు
enthusiasm .(n)ఉత్సాహము
entice :(vt)మరులు కొలుపు
entire .(a)యావత్తు
entitled .(a.)హక్కుగల
entity .(n)వాస్తవము
entrance (n)ద్వారము; ప్రవేశము
entrap (vt)లోబఱచుకొను
entreat .(vt & vi)బతిమాలు
entreaty (n.)ప్రార్థన

entrust ·(vt)అప్పగించు
entry (n)ద్వారము;ప్రవేశము;పద్దు
entwine (vt)చుట్టు
enumerate (vt)లెక్కపెట్టు
enumeration (n)లెక్కపెట్టుట
enunciation (n.)వివరణ
envelop (vt)కప్పు
envelope (n)కవరు
enviable (a)ఆశింపదగిన
envious .(a)అసూయుపడెడు
environment (n)పరిసరములు
envoy (n)దూత
envy :(n)అసూయ
ephemeral (a)అశాశ్వతమైన
ephemeris (n)పంచాంగము
epic (n)ఇతిహాసము
epicurean (n.)భోగపరాయణుడు
epidemic ·(n)అంటువ్యాధి
epidermis (n)బాహ్యచర్మము
epigram :(n)నీతివాక్యము
epilepsy (n.)మూర్ఛరోగము
episode :(n.)ఉపాఖ్యానము
epistle (n.)జాబు
epitaph .(n.)చరమశ్లోకము
epithet (n.)విశేషణము
epitome ·(n)సంగ్రహము
epitomize ·(vt)సంక్షేపముచేయు
epoch (n)శకము; కాలము
equal (a)సమానమైన
equality (n.)సమత్వము
equally (adv)సమముగా
equation (n)సామ్యము; సమీకరణము
equator ·(n.)భూమధ్యరేఖ
equilateral :(a)సమభుజమైన
equilibrium (n)సమస్థితి
equinox .(n)విషువత్తు
equip (vt)సిద్ధపఱచు
equipment (n)ఉపకరణములు;సన్నాహము
equitable .(a)న్యాయమైన
equity ·(n)న్యాయము; ధర్మము
equivalent ·(a)సమానమైన
equivocal ·(a)సందేహాస్పదమైన
era (n)శకము; కాలము
eradicate .(vt .)నిశ్శేషముగా తొలగించు
erase ·(vt)చెఱిపివేయు
ere (adv, p & conj)ముందు,పూర్వము
erect .(a)నిలువుగానున్న
erection (n)కట్టడము
erosion (n.)హరింపజేయుట
err (vi)తప్పుచేయు
errand ·(n)దౌత్యము, ఆజ్ఞ
errant ·(a)మార్గము తప్పితిరిగెడు
erratic .(a.)నియమములేక సంచరించెడు
erroneous .(a)తప్పైన
error .(n.)తప్పు, పొరపాటు
erudite :(a)పాండిత్యముగల
erudition :(n)పాండిత్యము
eruption (n)బొబ్బలు; బ్రద్దలగుట
escape .(vt & vi.)తప్పించుకొను (n)తప్పించుకొనుట
eschew ·(vt)మానుకొను

escort :(n)చారితోడు; పరివారము
especially (adv)ముఖ్యముగా
espionage ·(n.)చారవృత్తి
espousal (n.)వివాహము;పూనుకొనుట
espouse (vt)పెండ్లాడు;
పూనుకొను
essay (n)వ్యాసము;ప్రయత్నము
essayist .(n)వ్యాసకర్త
essence (n)సారము
essential (a)ముఖ్యమైన;అగత్యమైన
(n)ముఖ్యాంశము
essentially ·(adv)ముఖ్యముగా
establish (vt)స్థాపించు
established .(a.)స్థిరపడియున్న
establishment:(n)స్థాపనము;సిబ్బంది
estate (n.)ఆస్తి;అవస్థ
esteem (vt)గొప్పగాఎంచు
esteemed :(a)గౌరవింపబడిన
esthetics (n)రసజ్ఞానశాస్త్రము
estimable .(a)ఘనమైన
estimate ·(vt)మదింపుచేయు
estimation ·(n)మదింపు,గౌరవము
estrange (vt.)ఎడబాపు
estrangement (n.)ఎడబాటు
estuary (n)ఉప్పుకయ్య
eternal ·(a)శాశ్వతమైన
eternity (n.)అనంతకాలము
ether (n.)ఈథరు
ethics (n)నీతిశాస్త్రము
etiquette .(n)మర్యాద
etymology (n.)శబ్దవ్యుత్పత్తిశాస్త్రము
eulogy .(n)స్తుతి
eunuch ·(n)నపుంసకుడు

evacuate (vt)ఖాళీచేయు
evacuation (n.)ఖాళీచేయుట
evade (vt)తప్పించుకొను
evaporate ·(vi)ఆవిరియైపోవు
evaporation (n)ఆవిరియైపోవుట;
ఇగిరిపోవుట
evasion ·(n)తప్పించుకొనుట
evasive ·(n)తప్పించుకొనునట్టి
eve ·(n.)సాయంకాలము
even ·(a)సమమైన; సరి
(adv)కూడ;అయినను
evenhanded (a)నిష్పాక్షికమైన
evening ·(n.)సాయంకాలము
evenly (adv)సమముగా
event (n)సంభవము;సంగతి
eventful (a)ముఖ్యమైన
ever ·(adv)ఎప్పటికిని
everlasting .(a)శాశ్వతమైన
every (a)ఒక్కొక్క; ప్రతి
evict .(vt)వెడలగొట్టు
evidence .(n.)సాక్ష్యము
evident (a)స్పష్టమైన
evidently (adv.)స్పష్టముగా
evil (a.)చెడ్డ; హానికరమైన
(n)చెఱుపు;కష్టము
evince (vt.)చూపించు
evoke :(vt)కలుగునట్లుచేయు
evolution .(n.)పరిణామము
evolve ·(vt)వికసింపజేయు
ewe ·(n)ఆడుగొఱ్ఱె
exact ·(a)సరియైన
exacting .(a)కఠినమైన
exactly :(adv)సరిగా

exaggerate (vt)ఎక్కువచేసిచెప్పు
exaggeration (n)అతిశయోక్తి
exalt (vt)పైకెత్తు
exalted (a)ఘనమైన
examination (n)పరీక్ష,విచారణ
examine (vt)పరీక్షించు
examinee .(n.)పరీక్షించబడువాడు
examiner '(n.)పరీక్షించువాడు
example (n)ఉదాహరణము
exasperation (n)ఉద్రేకము
excavate .(vt)త్రవ్వు
exceed (vt)మించు;మీఱు
exceedingly (adv.)మిక్కిలి
excel (vt)మించు
excellent '(a)ప్రశస్తమైన
except :(p)తప్ప
exception (n)మినహాయింపు; అపవాదము
exceptional (a.)విశిష్టమైన
excess (n.)అధికము
excessively (adv.)అధికముగా
exchange (vt.)మార్చు (n)మారకము
excise (n)సుంకము
excite :(vt)ప్రేరేపించు
excitement :(n.)ప్రేరేపణ;ఉద్రేకము
exclaim (vi)ఆశ్చర్యముతోపలుకు
exclude '(vt.)మినహాయించు
exclusion (n.)మినహాయింపు;వెలి
exclusively :(adv)ప్రత్యేకముగా
excommunication .(n)వెలి
excrete (vt.)విసర్జించు
excretion (n.)విసర్జన
excursion .(vt)విహారము
excuse : (vt)క్షమించు, విడిచిపెట్టు (n)క్షమాపణ, మన్నింపు; మిష
execute (vt)నెఱవేర్చు,ఉరితీయు
execution .(n)నెఱవేర్చుట;ఉరితీయుట
executive .(n)నెఱవేర్చుఅధికారులు
exemplary (a)ఉత్తమమైన, మార్గదర్శకమైన
exempt (vt)మినహాయించు
exercise .(n)అభ్యాసము,కసరతు
exert (vt)ఉపయోగించు
exhale .(vt)శ్వాసవిడుచు
exhaust (vt)ఖాళీచేయు
exhaustive (a)పూర్ణమైన
exhibit (vt)ప్రదర్శించు
exhibition (n)ప్రదర్శన
exhilarating (a)ఉల్లాసకరమైన
exhort (vt)ప్రోత్సహించు
exhume (vt)పాతిన దానిని త్రవ్వి తీయు
exigency (n)అగత్యము
exile (n)దేశభ్రష్టత
exist '(v i)ఉండు;జీవించు
exit :(v i.)బయటకుపోవు
ex officio '(a& adv)ఉద్యోగమును బట్టి
exonerate (vt)నిర్దోషియనివిడుదలచేయు
exorbitant '(a)అమితమైన
exotic '(a.)పటాటోపముగల
expand .(vt)విస్తరింపజేయు
expansion (n)విస్తరింపు
expatiate :(vt)విస్తరించిచెప్పు
expatriate (vt)దేశభ్రష్టునిచేయు

expect (vt)నిరీక్షించు
expectation :(n.)నిరీక్షణ;ఆశ
expedient (a.)ఆవశ్యకమైన
expedite (vt)త్వరితపఱచు
expedition (n)దండయాత్ర
expeditiously (adv)శీఘ్రముగా
expel (v t)వెడలగొట్టు
expend .(v t.)వ్యయము చేయు
expenditure .(n)వ్యయము
expense .(n.)వ్యయము
experience (n)అనుభవము (v t)అనుభవించు
experienced :(a)అనుభవము [illegible]
experiment (n)ప్రయోగము
expert (n)నిపుణుడు
expire .(v)ఊపిరి విడుచు, మరణించు
expiry (n.)అంతము; మరణము
explain (v t)విశదపఱచు
explanation :(n)వివరణము; సమాధానము
explicit (a)స్పష్టమైన
explode (v t.)ప్రేలు
exploit (n.)సాహసకార్యము
explore :(v t)పరిశోధించు
explorer (n)అన్వేషకుడు
explosion .(n.)ప్రేలుట
explosive :(n.)ప్రేలునది
export (n.)ఎగుమతి(v.t.)ఎగుమతి చేయు
exporter (n.)ఎగుమతిదారుడు
expose (v.t)వెల్లడిచేయు
exposition (n)వివరణ
expound (v t)వివరించు
express .(v.t.)చెప్పు
expression (n)చెప్పుట; మాట, ముఖవైఖరి
[illegible]
expropriate :(v.t.)[illegible] తొలగించు
expulsion (n.)వెడలగొట్టుట
expunge (v t.)కొట్టివేయు
exquisite (a)శ్రేష్ఠమైన
extempore :(adv)ఆశుధారగా
extend (v t)పొడిగించు
extension .(a)పొడిగింపు
extensive (a.)విశాలమైన
extent (n.)విస్తారము; పర్యంతము
exterior (a.)బాహ్యమైన
extermination :(n)సమూలనాశనము
external .(a)బాహ్యమైన
extinct :(a.)నశించిన
extinguish :(v t.)చల్లార్చు
extol (v.t.)స్తుతించు
extolment (n.)స్తోత్రము
extort .(v.t.)బలవంతముగా తీసికొను
extra :(a)అదనపైన; విశేషమైన
extract :(n.)కషాయము (v.t)తీయు, సారము పిండు
extraneous :(a.)అన్యమైన
extraordinary :(a.)అసాధారణమైన

extravagance (n.)అతివ్యయము
extravagant (a.)అతి వ్యయము చేసెడు
extreme (a.)కడపటి; తీవ్రమైన
extremely (adv.)మిక్కిలి
extermity .(n.)కొన, తీవ్రదశ
extricate (v.t.)విడిపించు
extrinsic .(a.)బయటి
extrude :(v.t.)వెడలగొట్టు
exuberent (a.)విస్తారమైన
exude (v.i.)కారు
exult :(v.i.)జయము నొంది ఆనందించు
exultation (n.)జయము వలని ఆనందము
eye .(n.)కన్ను
eyeball (n.)కంటిగ్రుడ్డు
eyebrow .(n.)కనుబొమ
eyeglass (n.)కంటియద్దము
eyelash :(n.)కనురెప్పపైనుండు వెంట్రుక(లు)
eyelet :(n.)సన్నరంధ్రము
eyelid (n.)కంటిరెప్ప
eye opener :(n.)హెచ్చరిక
eye-shot :(n.)చూపుమేర దూరము
eyesight (n.)దృష్టి; చూపు
eyesore (n.)చూచుటకు అసహ్యము కలిగించునది
eye-wash :(n.)మోసము; కంటి మందు; కంటితుడుపు
eye-witness .(n.)ప్రత్యక్షసాక్షి

F

fable :(n.)కట్టుకథ
fabric (n.)వస్త్రము
fabricate :(v.t.)కల్పించు
fabrication (n.)కల్పన
fabulous .(a.)అపరిమితమైన
face :(n.)ముఖము (v.t.)ఎదుర్కొను
facile .(a.)సులభమైన
facilitate :(v.t.)సులభము చేయు
facility :(n.). సులువు
facsimile .(n.)ప్రతి
fact (n.)వాస్తవము
faction :(n.)కక్షి
factitious (a.)బూటకపు; కృత్రిమమైన
factor (n.)భాజకము
factory (n.)కార్ఖానా
faculty (n.)శక్తి; బుద్ధి
fad (n.)భ్రమ; భ్రాంతి
fade :(v.i.)వాడిపోవు
fag .(v.i.)అలసిపోవు
faggot (n.)కట్టెలమోపు
fail (v.i.)తప్పిపోవు; ఓడిపోవు
failure (n.)తప్పటు
fain (a.)ఇష్టము గల
faint .(v.i.)మూర్ఛిల్లు (a.)అస్పష్టమైన
fainting :(n.)మూర్ఛ
fair (a.)సుందరమైన; న్యాయమైన
fairness :(n.)చక్కదనము
fairy :(n.)దేవత; యక్షిణి
faith (n.)విశ్వాసము; మతము
faithful :(a.)విశ్వాసము గల
faithfully :(adv.)విశ్వాసముగా

faithfulness (a.)విశ్వాసము
faithlessness (n)విశ్వాసరాహిత్యము
fakir (n)సన్యాసి; ఫకీరు
falcon (n)డేగ
fall (v.i)పడు
fallacious (a.)సరియైనకారణముకాని
fallacy (n)మిథ్యాహేతువు
fallen (a)పడిన; పాపిష్టైన
fallow (a)బీడుగానున్న
false (a)అసత్యమైన; ద్రోహియైన
falsehood (n)అసత్యము
falsely (adv)అసత్యముగా; మోసముగా
falsify (v.t)అసత్యముగావించు
falter (v.i)తొట్రుపడు
fame (n)కీర్తి
~~familiar (a)తెలిసిన~~
familiarity (n)పరిచయము
family (n)కుటుంబము; తెగ; వంశము
famine (n)కఱవు
famous (a)ప్రసిద్ధికెక్కిన
fan (n)విసనకఱ్ఱ
fanatic (n)మూఢభక్తికలవాడు
fanciful (a)వింతైన
fancy (n)భ్రమ; ఇష్టము
fantastic (a)విపరీతమైన
fantasy (n)కల్పన
far (adv)దూరముగా(a)దూరమందున్న
farce (n.)ప్రహసనము
fare (n.)ఆహారము; బండిబాడుగ (v.i)చేయు; జీవించు
farewell (n)సెలవుపుచ్చుకొనుట; వీడ్కోలు
farm (n)సాగుచేయునేల
farmer (n)వ్యవసాయదారుడు
farming (n)వ్యవసాయము
farmyard (n)పెరడు
far-sighted (a)దూరదృష్టిగల
fascinate (v.t)భ్రమపుట్టించు
fascination (n)ఆకర్షణ, భ్రమ
fashion (n)పైఖరి, వాడుక
fashionable (a)నాగరకమైన; వాడుకైన
fast (n)ఉపవాసము(v.i)ఉపవాసముండు (a.)వేగముగల
fasten (v.t)కట్టు
fastidious (a)సులభముగామెప్పని
fasting (n)ఉపవాసము
fastness (n)వేగము
fat (n.)క్రొవ్వు(a)క్రొవ్విన; బలిసిన
fatal (a.)ప్రాణాంతకమైన
fate (n)విధి, అదృష్టము
father (n)తండ్రి, పూజ్యుడు
fathom (n)ఆఱడుగులనిడివికొలత
fathomless (a)అగాధమైన
fatigue (n.)అలసట
fatty (a)చమురుగల
fault (n)తప్పు; పొరపాటు
faultless (a)నిష్కళంకమైన
faulty (a)తప్పైన
favour (n)ఉపకారము(v.t.)ఉపకారముచేయు
favourable (a.)అనుకూలమైన
favourite (n)ఇష్టుడు
favouritism (n)పక్షపాతము
fear (n.)భయము(v.i.)భయపడు

fearful (a)భయంకరమైన
fearless .(a.)నిర్భయమైన
feast '(n)విందు
feat .(n.)అద్భుతకృత్యము
feather (n)ఈక
feature :(n.)ముఖ్యాంశము
federate '(v i)ఐక్యమగు
federation .(n.)ఐక్యసమితి
fee :(n)జీతము; కూలి
feeble :(a.)దుర్బలమైన
feed :(v.t)భోజనము పెట్టు
feel :(v.t.)అనుభవించు; పొందు
feeling '(n.)భావము; కనికరము
feign :(v.t.)నటించు
feigned .(a.)కపటపు
felicitation :(n.)అభినందన
fell:(v.t.)కొట్టిపడవేయు(a.)క్రూరమైన
fellow (n)సహవాసి
fellowship (n.)స్నేహము
felony (n)నేరము
female .(n)ఆడుది
feminine .(a.)స్త్రీ సం.
fence .(n.)కంచె
fencing (n)సాము; గరిడీ
fermentation '(n)పులియుట
ferocious :(a.)క్రూరమైన;భయంకరమైన
ferry .(n.)పడవ; దోనె
fertile (a.)సారవంతమైన
fertility :(n.)సారము
fertilization .(n.)ఫలదీకరణము
fertilize :(v t)ఫలవంతముచేయు
fertilizer (n.)ఎరువు
fervent :(a)ఆసక్తికల
festival '(n)పండుగ
festive (a)ఉత్సవ సం.
festivity :(a)ఉత్సవము
festoon .(n)తోరణము
fetch .(v.t.)తీసికొనివచ్చు;తెచ్చు
fetter .(n.)సంకెల
feudalism '(n)ఒక భూస్వామ్యవిధానము
fever .(n.)జ్వరము
feverish .(a)జ్వర సం.
few.(a)కొద్ది;కొన్ని
fiat (n.)ఆజ్ఞ
fibre '(n.)పీచు; నార
fickle :(a)చంచలమైన
fickleness '(n.)చాంచల్యము
fiction (n.)కల్పన; కట్టుకథ
fictitious :(a)కల్పితమైన
fiddle .(n)ఫిడేలు
fidelity (n.)విశ్వాసము
field '(n.)పొలము; అవకాశము
fierce .(a)భయంకరమైన
fiery .(a)తీవ్రమైన
fifteen .(a& n)పదునైదు
fifty (a& n.)ఏబది
fig .(n.)అత్తిపండు
fight .(v.i)పోట్లాడు(n)పోట్లాట
figure:(n.)అంకె; మొత్తము; పటము; రూపము
file .(n.)వరుస; ఆకుటాయి
fill (v t.)నింపు
film :(n.)సన్నని పొర
filter .(v t.)వడియగట్టు

filth :(n)ముఱికి
fin :(n.)పొలుసు
final (a)కడపటి
finance (n.)రాజద్రవ్యము; ఆదాయము
find :(v t)కనుగొను; చూచు
finding .(n.)తీర్పు
fine :(a)మంచి; శ్రేష్ఠమైన; సన్నని (n)జుల్మానా
finger ·(n)చేతివ్రేలు
finish .(v.t.)ముగించు(n)సమాప్తి; మెఱుగు
finite (a.)మితముగల
fir (n.)దేవదారుచెట్టు
fire (n.)అగ్ని; ఉద్రేకము
fire-engine.(n)అగ్నిమాపకయంత్రము
fire-fly (n.)మిణుగుఱుపురుగు
fireproof (a)నిప్పుచేకాలని
firestone .(n.)చెకుముకిఱాయి
firewood ·(n.)వంటచెఱకు
fireworks (n)బాణాసంచా
firm ·(n)వర్తకసంఘము(a.)దృఢమైన
first ·(a.)మొదటి; శ్రేష్ఠమైన (adv)ముందుగా
first-aid (n)ప్రథమచికిత్స
first-rate ·(a.)శ్రేష్ఠమైన
fiscal (a.)రాజద్రవ్య సం.
fish :(n.)చేప(v t)వెదకు
fisherman ·(n.)జాలరి
fishy :(a.)సందేహాస్పదమైన
fissure :(n.)పగులు
fist ·(n.)పిడికిలి
fistula :(n)భగంధరము
fit .(a.)తగిన(v.t)అమర్చు (n)మూర్ఛ; ఉద్రేకము
fitness :(n.)అర్హత
five (n & a)అయిదు
fivefold :(a & adv)అయిదురెట్లు
fix :(v.t.)స్థాపించు; స్థిరపఱచు; ఉంచు (n.)సంకటస్థితి
fixed .(a)గట్టి; స్థిరమైన
fizzle :(v i)భంగమైపోవు
flag ·(n)జెండా
flake :(n.)పొర; పెచ్చు
flame .(n.)జ్వాల; మంట
flap ·(n.)తొక్క
flare .(v.i)మండు; ప్రకాశించు
flash ·(n.)మెఱుపు
flask :(n.)సన్ననిమూతిగలబుడ్డి
flat :(a)చదునైన
flatter (v.t.)పొగడు
flattery ·(n)పొగడ్త; ముఖస్తుతి
flavour .(n.)రుచి; వాసన
flaw .(n.)లోపము; దోషము
flawless :(a.)నిర్దోషమైన
flay :(v t)చర్మమునుఒలుచు
flea .(n.)పిడుజు; మిణ్ణల్లి
flee ·(v i.)పాఱిపోవు
fleece .(n.)గొఱ్ఱెబొచ్చు
fleet (n.)ఓడలసమూహము
flesh (n.)మాంసము; కండ
fleshy ·(a)కండగల
flexible ·(a.)వంగెడు; సులభముగా మార్చదగిన
flicker ·(v.i)మిణుకుమిణుకుమనిమండు

flight :(n.)ఎగురుట; పారిపోవుట; మెట్లవరుస
flimsy .(a.)దుర్బలమైన
fling :(v.t.)విసరివేయు
flint :(n.)చెకుముకిరాయి
flippant .(a.)వాచాలత్వముగల
flirt .(v t)సరసమాడు
flit :(v i.)కదలు
float :(v.i)తేలు(n)తెప్ప
flock .(n.)మంద
flog .(v t)కొరడాతోకొట్టు
flood :(n)వరద; ప్రవాహము
floor :(n)నేల; మేడఅంతస్తు
flooring .(n)నేల
flop (n)పతనము
floral .(a.)పుష్పసంబంధమైన
flounder :(v.i.)గిజగిజలాడు
flourish .(v.i.)వర్ధిల్లు
flout .(v t.)తిరస్కరించు
flow :(n)ప్రవాహము(v i)ప్రవహించు
flower .(n.)పుష్పము(v i)పుష్పించు
fluctuate (v i)ముందువెనుకకులాడు
fluent :(a)వాగ్ధాటిగల
fluid (n.)ద్రవము; వాయువు
flurry (n)తొందరపాటు
flush :(v i)ఎర్రబారు
flute :(n.)పిల్లనగ్రోవి
flutter (v i)రెక్కలుకొట్టుకొను; కొట్టుకొను
fly .(v i)ఎగురు (n)ఈగ
foam :(n)నురుగు
focal .(a.)కేంద్ర స్థాన
focus (n.)కేంద్రము
fodder :(n)పశువులమేత
foe .(n.)శత్రువు
foetus :(n)భ్రూణము
fog :(n)పొగమంచు
foil .(v.t)చెడగొట్టు
foist :(v t)చొప్పించు
fold .(n.)మడత(v.t.)మడుచు
foliage .(n)ఆకులు
folk :(n.)జనులు
follow :(v t)అనుసరించు
follower (n.)అనుచరుడు
following :(n.)అనుసరించువారు
folly .(n.)అవివేకము
foment .(v t.)కాపడముచేయు
fond .(a.)ఇష్టముగల
fondle .(v t.)లాలించు
food .(n.)ఆహారము
fool (n)అవివేకి; హాస్యగాడు
foolish (a)వివేకములేని
foot .(n.)అడుగు; పాదము(v t.)ఇచ్చు
football :(n)కాలిబంతి
footboard (n)మెట్టు
footing :(n)ఆధారము
footman (n)సేవకుడు
footmark (n.)కాలిజాడ
footnote .(n.)పాదటిపిక
footpath .(n)కాలిత్రోవ
footprint (n.)కాలిజాడ
footsoldier (n)సిపాయి; పదాతి
footstep (n)అడుగు, పాదముద్ర
footwear (n.)పాదరక్షలు
for .(p.)కొరకు; [illegible]; కై; [illegible] [illegible]లు (con.j.)ఎందుచేతననగా

forbear :(v i)సహించు
forbearance :(n)సహనము
forbid (v t)కూడదను
forbidden :(a.)నిషేధింపబడిన
force :(n.)బలము; సారము; దండు; అమలు
forceps .(n)పటకారు
forcibly (adv)బలాత్కారముగా
fore :(a)ముందటి (adv)ముందఱ
forearm (n)ముంజేయి
forebode :(v.t)ముందుగాసూచించు
forecast :(v t)ముందుగాచెప్పు
forefather (n.)పూర్వికుడు
forefinger .(n)చూపుడు్రవేలు
forefront :(n.)మొగరం
forego (v.t.)వదిలిపెట్టు
forehead (n)నుదురు
foreign :(a.)అన్యమైన; పరదేశీయ మైన
foreigner :(n)విదేశీయుడు
foreman :(n.)మేస్త్రీ
foremost .(a)ప్రధానమైన
forenoon (n)పూర్వాహ్ణము
forerunner (n)సూచన
foresee (v t.)ముందుగ తెలిసికొను
foresight .(n)దూరదృష్టి
forest :(n)అడవి
forestall .(v.t.)ముందు ఆరంభించు
foretell :(v.t.)భవిష్యత్తును చెప్పు
forethought :(n.)ముందు యోచన
forever :(adv.)ఎప్పటికిని
foreword :(n.)ముందు మాట; పీఠిక
forfeit :(v.t.)నష్టపోవు
forfeiture .(n)నష్టపోవుట
forge :(n)కొలిమి (v.t)దొంగ సంతకము చేయు
forget :(v t.)మఱచిపోవు
forgetful .(a)మఱపుగల
forgive (v.t)క్షమించు
fork :(n)ముండ్లగరిటె
forlorn .(a)దిక్కుమాలిన
form (n.)రూపము; పద్ధతి; వాడుక; తరగతి
formal :(a)పద్ధతి ప్రకారమైన
formality .(n)లాంఛనము
formation .(n.)ఏర్పఱచుట
former (a)మొదటి; పూర్వపు
formidable :(a.)ప్రబలమైన
formula .(n.)సూత్రము
formulate (v.t)సూత్రీకరించు
forsake :(v.t.)విడిచిపెట్టు
forsooth :(adv.)నిజముగా
forswear (v t.)ఒట్టువేసికొని లేదను
fort :(n)కోట; దుర్గము
forth .(adv)ముందుకు
forthcoming :(a)రాబోయెడు
forthwith :(adv.)వెంటనే
fortification .(n.)బలపఱచుట
fortitude .(n)ధైర్యము
fortnight :(n)పక్షము
fortress :(n.)కోట; దుర్గము
fortunate :(a)అదృష్టముగల
fortunately .(adv.)అదృష్టవశమున
fortune :(n.)అదృష్టము; ధనము
forty (n & a)నలువది
forum :(n.)రచ్చపట్టు; న్యాయస్థలము

forward (adv.)ముందుకు (a.)ఇష్టముగల; ధైర్యముగ ముందుకు వచ్చెడు
foster :(v.t.)పెంచు
foul .(a.)మలినమైన; అన్యాయమైన; బూతు (v.t.)మలినముచేయు
found :(v.t.)స్థాపించు
foundation .(n.)పునాది
founder :(n.)స్థాపకుడు
foundry (n.)లోహములు పోతపోయు కర్మాగారము
fountain (n.)ఊట; మూలము
four .(n. & a.)నాలుగు
fourfold (a. & adv.)నాలుగురెట్లు
fourteen :(n. & a.)పదునాలుగు
fowl (n.)కోడి
fox :(n.)గుంటనక్క
fraction (n.)భిన్నము; భాగము
fracture (n.)ఎముక విఱుగుట
fragile :(a.)పెళుచైన; దుర్బలమైన
fragment :(n.)ఖండము; ముక్క
fragrance :(n.)పరిమళము; సువాసన
fragrant .(a.)సువాసనగల
frail (a.)సులభముగా పగిలెడు; దుర్బలమైన
frame :(n.)చట్రము; దేహము (v.t.)ఏర్పఱచు; చట్రము కట్టు
franchise (n.)ఓటుహక్కు; స్వాతంత్ర్యము
frank :(a.)కపటము లేని
frantic .(a.)ఉగ్రమైన
fraternity :(n.)సౌభ్రాతృత్వము
fradulent .(a.)మోసమైన
fraught (a.)నిండిన
freak :(n.)విపరీతచేష్ట (a.)స్వేచ్ఛగానున్న; ధారాళమైన
free :(v.t.)విడిపించు
freedom :(n.)స్వేచ్ఛ
freely .(adv.)స్వేచ్ఛగా
freeze :(v.i.)గడ్డకట్టు
freight :(n.)ఓడమీది సరకు; కూలి
frenzy .(n.)ఆవేశము
frequency :(n.)పలుమాఱు జరుగుట; తఱచుదనము
frequent :(a.)తఱచుగా సంభవించెడు (v.t.)మాటిమాటికి వచ్చు
frequently .(adv.)తఱచుగా
fresh :(a.)తాజాయైన; వాడిపోని; అనుభవము లేని
freshness (n.)క్రొత్తదనము; చల్లదనము
fretful (a.)చిఱచిఱలాడెడు
fret-work :(n.)చిత్రపు పని
friar :(n.)సన్యాసి
friction :(n.)రాపిడి
Friday :(n.)శుక్రవారము
friend :(n.)స్నేహితుడు
friendly (adv.)స్నేహముగల
friendship (n.)స్నేహము
fright :(n.)భయము
frighten :(v.t.)భయపెట్టు
frightful :(a.)భయంకరమైన
frigidity :(n.)జడత్వము
fringe (n.)అంచు
frivolous (a.)అల్పమైన
fro (adv.)వెనుకకు
frock .(n.)ఆడువారి అంగీ

frog :(n)కప్ప
frolic (n)ఉల్లాసము; క్రీడ
from .(p.)నుంచి; వలన
front '(a.)ఎదుటి
frontier (n)సరిహద్దు
frost (n)పేరిన మంచు
froth .(n.)నురుగు
frown (v t)కోపముతోచూచు
frugal (a.)మితవ్యయము చేయునట్టి
fruit .(n)పండు
fruitful (a)ఫలవంతమైన
fruitless (a)నిష్ఫలమైన
frustrate '(v t)భంగము చేయు
fry '(v.t.)వేపు
frying-pan (n.)బూరెల మూకుడు
fuel '(n)వంటచెఱకు
fugitive .(n.)పాఱిపోయిన వాడు
fulfil '(v t)నెఱవేర్చు
full :(a)నిండు
fully '(adv.)నిండుగా
fulminate :(v.i)గద్దించు
fumble '(v i)తడబడు
fume (n.)పొగ; ఆవిరి
fun .(n)పరిహాసము
function :(n.)పని; కార్యము; అధికారము
fund .(n.)మూలధనము
fundamental (n.)ముఖ్యాంశము (a.)ప్రధానమైన
funeral (n.)అంత్యక్రియ
fungus .(n)శిలీంధ్రము
funnel '(n.)గరాటు
funny :(a.)నవ్వుపుట్టించెడు
fur (n)కొన్ని జంతువుల బొచ్చు
furiously (adv.)ఉగ్రముగా
furnace '(n)కొలిమి
furnish (v t.)అమర్చు
furniture .(n)ఉపకరణములు
furrow (n)నాగటిచాలు
further (adv)ఇంకను (v t)సహాయము చేయు
furtive '(a)రహస్యమైన
fury :(n.)కోపావేశము; ఉగ్రము
fuse '(v t)కరగించు
fusion .(n)ఒకటియై పోవుట
fuss '(n.)గడబిడ
futile .(a)నిష్ఫలమైన
futility '(n.)నిష్ఫలము
future (a)రాబోయెడు (n)భవిష్యత్కాలము
futureless .(a)భవిష్యత్తు లేని
futurity .(n.)భవిష్యత్కాలము

G

gab .(n)నోరు, వ్యర్థపుమాటలు
gabber :(n.)వదరుబోతు
gabble .(v.t.)వదరు
gag '(v t)నోటిని కట్టివేయు
gaiety :(n)ఉల్లాసము
gaily .(adv)ఉల్లాసముగా
gain '(n)లాభము (v t)సంపాదించు
gainsay .(v.t.)కాదను
gait (n.)నడచురీతి
galaxy .(n)పాలవెల్లి
gale (n)పెనుగాలి
gall (n.)పిత్తము; పగ

gallant :(a)సాహసము గల
gallantry (n.)శౌర్యము
gall-bladder .(n)పిత్తాశయము
gallery (n)మెట్లవలె అంచెలుగ కట్టు బల్లల వరుస
gallon :(n)గాలను
gallop :(v i)దౌడుతీయు
gallows (n)ఉరికంబము
galore (adv)సమృద్ధిగా
gamble .(v i)జూదమాడు
gambler .(n)జూదరి
gambling :(n.)జూదము
game :(n)ఆట; వేట జంతువులు
gander :(n.)మగబాతు
gang :(n)గుంపు
gaol :(n)చెఱసాల
gap (n.)ఖాళీ; సందు
gape :(v i)ఆవులించు
gaping :(n)ఆవులింత
garden :(n.)తోట
gardener :(n.)తోటమాలి
gargle :(v.t.)పుక్కిలించు (n)పుక్కిలింత
garland :(n.)దండ
garlic :(n.)వెల్లుల్లి
garment :(n.)వస్త్రము
garret (n)అటుక
garrison :(n.)రక్షణసేన
gas .(n.)వాయువు; పొగ
gaseous :(a.)వాయురూపమైన
gash .(v t.)లోతుగా కోయు
gasp (n.)ఎగ ఊపిరి
gastric :(a)అన్నాశయ సం.
gate :(n.)ద్వారము
gateway :(n.)సింహద్వారము
gather :(v.t.)ప్రోగుచేయు
gathering .(n.)సమూహము
gaudily (adv)ఆడంబరముగా
gaudy :(a.)ఆడంబరమైన
gauge :(n)కొలుచుసాధనము
gauze :(n)గాజుగుడ్డ
gay :(a.)ఉల్లాసముగా నున్న
gaze :(v t.)తేఱిచూచు
gazette .(n)గెజెట్; వార్తాపత్రిక
gear :(n.)యంత్రములోని భాగము
gelatinous :(a.)జిగటగానున్న
gem :(n)రత్నము
Gemini .(n)మిథునరాశి
gender :(n)లింగము
gene (n)జన్యువు
genealogy :(n.)వంశావళి
general :(a)సాధారణమైన (n)సేనాధిపతి
generally :(adv.)సాధారణముగా
generate .(v.t.)ఉత్పత్తి చేయు
generation .(n.)ఉత్పత్తి; తరము
generosity :(n.)ఔదార్యము
generous :(a.)ఉదారమైన
genesis :(n.)ఉత్పత్తి క్రమము
genial .(a.)ఉల్లాసముగల
genitals :(n.)జననేంద్రియములు
genius :(n.)ప్రతిభ; ప్రతిభాశాలి; భూతము
gentle :(a.)సాధువైన; నాగరకతగల
gentleman :(n.)కులీనుడు; యోగ్యుడు
gentleness :(n.)సాధుత్వము

gentry .(n.)గొప్పవారు
genuine .(a.)శుద్ధమైన; వాస్తవమైన
genus :(n.)వర్గము; తెగ; జాతి
geography :(n.)భూగోళశాస్త్రము
geology (n.)భూగర్భశాస్త్రము
geometry (n.)రేఖాగణితము
germ .(n.)బీజము; అంకురము; క్రిమి
germicide :(n.)క్రిమినాశని
germinate .(v.i.)మొలకెత్తు
germination (n.)మొలకెత్తుట; అంకురోత్పత్తి
gerund :(n.)తుమున్నర్థకము
gesticulate :(v.i.)అభినయించు
gesticulation :(n.)అభినయము
gesture (n.)అభినయము; సంజ్ఞ
get .(v.t.)సంపాదించు; తెచ్చు
ghastly (adv.)ఘోరమైన
ghaut :(n.)కనుమ
ghee :(n.)నెయ్యి
ghost .(n.)భూతము
giant :(n.)రాక్షసుడు
gibberish :(n.)అర్థములేని మాటలు
gibbet .(n.)ఉరిమ్రాను
gibe (v.t.)ఎగతాళిచేయు
giddiness :(n.)తలత్రిప్పు
giddy :(a.)తలతిరిగెడు
gift :(n.)దానము; బహుమానము; ప్రజ్ఞ
gifted :(a.)బుద్ధిబలము కల
gigantic .(a.)బ్రహ్మాండమైన
giggle :(n.)ముసిముసి నవ్వు
gilded :(a.)బంగారు మలాము చేయబడిన
gilding (n.)మలాము
gill (n.)మొప్ప
gilt :(n.)బంగారు మలాము
gin :(n.)ఉరి; యంత్రము; సారాయి
ginger :(n.)అల్లము; శొంఠి
gingili (n.)నువ్వులు
giraffe :(n.)జిరాఫీ అను జంతువు
girder (n.)దూలము
girdle .(n.)నడికట్టు; మొలనూలు
girl .(n.)బాలిక
girth :(n.)చుట్టుకొలత
gist .(n.)సారాంశము
give .(v.t.)ఇచ్చు
glacier :(n.)హిమానీనదము
glad .(a.)సంతోషముగల
gladden :(v.t.)సంతోషపెట్టు
gladiator .(n.)జెట్టి, మల్లుడు
gladly (adv.)సంతోషముగా
gladness :(n.)సంతోషము
gladsome .(a.)సంతోషము గల
glamour .(n.)ఆకర్షణ శక్తి
glance :(n.)కడగంటి చూపు
gland :(n.)గ్రంథి
glare :(n.)చూపు చెదరగొట్టు కాంతి
glaring :(a.)సుస్పష్టమైన
glass :(n.)గాజు
glassware .(n.)గాజు సామాను
glaucoma (n.)ఒక కంటి రోగము
glaze :(v.t.)మెఱుగుపెట్టు
gleam :(n.)తళుకు
glean :(v.t.)కూడబెట్టు
glee :(n.)ఉల్లాసము
glen .(n.)కొండలసందు

glib :(a.)నున్నని
glide :(v.i.)జాఱు; జరుగు
glimpse :(n.)క్షణదర్శనము
glisten :(v.i.)నిగనిగలాడు
glister :(v.i.)మెఱయు
glitter :(n.)తళుకు (v.i.)తళతళలాడు
glittering :(a.)తళతళలాడెడు
gloat :(v.i.)ఆశతో చూచు
globe :(n.)గోళము; భూగోళము
globular :(a.)గోళాకారమైన
gloom :(n.)చీకటి; మనోవ్యాకులము
gloomy :(a.)వ్యాకులముగానున్న
glorification :(n.)శ్లాఘనము
glorify :(v.t.)కీర్తించు
glorious :(a.)ఘనమైన
glory :(n.)మహిమ; శోభ; స్తోత్రము
glossary :(n.)అపూర్వ పదముల నిఘంటువు
glossy :(a.)నిగనిగలాడెడు
glottis :(n.)కంఠబిలము
glove :(n.)చేతితొడుగు
glow :(n.)ప్రకాశము (v.i.)వెలుగు
glowing (a.)ప్రకాశించుచున్న
glow-worm :(n.)మిణుగుఱు
glue :(n.)బంక; సర్వేసు
glutton :(n.)తిండిపోతు
gluttonous :(a.)తిండిపోతైన
glycerine :(n.)గ్లిసరిన్
go :(v.i.)పోవు (n.)మార్గము
goad :(v.t.)ప్రోత్సాహపఱచు (n.)అంకుశము; ములుకోల
goal (n.)గమ్యస్థానము; అభిప్రాయము
goat :(n.)మేక
gobble :(v.t.)వేగముగా మ్రింగు
goblet :(n.)గిన్నె
goblin :(n.)దయ్యము
God :(n.)దేవుడు
Goddess :(n.)దేవత
godlike :(a.)దేవునివంటి
godliness :(n.)దైవత్వము
godly :(a.)పవిత్రమైన
godown :(n.)గిడ్డంగి
godsend :(n.)వరము
godspeed (n.)శుభము; జయము
goggles :(n.)చలువ సులోచనములు
going :(n.)గమనము; గతి
gold :(n.)బంగారము; ధనము
golden :(a.)బంగారముతో చేసిన; శ్రేష్ఠమైన
goldfinch :(n.)బంగారు పిచ్చుక
goldsmith :(n.)స్వర్ణకారుడు
gonorrhoea :(n.)సెగరోగము
good :(n.)మేలు (a.)మంచి; దయగల
good-bye :(n.)సెలవు
good-for-nothing :(a.)పనికి మాలిన
good-humouredly :(adv.)ఉల్లాసము.
good-looking :(a.)అందమైన
goodly :(adv.)ఇంపైన
good-natured :(a.)మంచి స్వభావముగల
goodness :(n.)మంచితనము
good-tempered (a.)సుస్వభావముగల
goodwill :(n.)అంగడియొక్క మంచి పేరు; ప్రీతి
goose :(n.)ఆడుబాతు

gordian :(a.)చిక్కైన
gore (v t)కుమ్ము
gorge :(n.)గొంతుక; సన్నని త్రోవ (v t)కబళించు
gorgeous :(a)అతిశోభగల
gorilla (n)ఒక జాతి కోతి
gosling (n)బాతుపిల్ల
gospel (n)సువార్త
gossip (n.)పనిలేని మాటలు
gothic :(a)అనాగరకమైన
gourmand :(n.)తిండిపోతు
gout :(n)వాతరోగము
govern (v.t)పరిపాలించు; నడిపించు; ఏలు
governess .(n)ఉపాధ్యాయ
government (n)ప్రభుత్వము; ఏలుబడి
governor అధిపతి; ఉపాధ్యాయుడు
gown :(n.)గౌను
grab .(v t)ఒడిసి పట్టుకొను
grace (n)అనుగ్రహము; సొగసు
graceful .(a)సొగసైన
gracefully .(adv)సొగసుగా
gracious .(a.)అనుగ్రహము గల
gradation :(n)క్రమము
grade (n)తరము; వరుస; అంతస్తు
gradient (n)పాతము
gradual :(a)క్రమక్రమమైన
gradually (adv)క్రమక్రమముగా
graduate (n.)విశ్వవిద్యాలయ పట్టము పొందినవాడు(v.t)క్రమముగా విభజించి గుర్తులు పెట్టు
graft (v t)అంటు కట్టు

grain :(n)గింజ; ధాన్యము; కణము; రవంత
gram :(n)కాయధాన్యములు; గ్రాము
grammar :(n.)వ్యాకరణము
grammarian :(n)వ్యాకరణవేత్త
grammatical :(a)వ్యాకరణ సం.
gramme (n.)గ్రాము
granary :(n)ధాన్యపుకొట్టు
grand :(a.)గొప్ప
granddaughter .(n.)మనుమరాలు
grandeur .(n)వైభవము
grandfather :(n.)తాత
grandmother.(n)అయ్యమ్మ; అమ్మమ్మ
grandson :(n.)మనుమడు
granite :(n.)నల్లరాయి
grant :(n.)దానము (v.t.)ఇచ్చు; సమ్మతించు
granule .(n)చిన్నకణము
grape .(n)ద్రాక్షపండు
graph .(n)రేఖాపటము
graphic (a)వివరమైన
grapple .(v t.)గట్టిగా పట్టుకొను
grasp .(v t.)పట్టుకొను; గ్రహించు
grasping :(a.)అత్యాశగల
grass (n.)పచ్చిగడ్డి
grasshopper .(n.)మిడుత; గొల్లభామ; కీచురాయి
grateful :(a.)కృతజ్ఞత గల
gratefully .(adv)కృతజ్ఞతతో
gratify (v.t.)సంతోషపెట్టు
gratifying :(a.)సంతోషకరమైన
gratis (adv)ఉచితముగా
gratitude :(n.)కృతజ్ఞత

gratutous (a)ఉచితార్థమైన
gratuity (n)పారితోషికము
grave (n)సమాధి (a)గంభీరమైన; ఉపేక్షింపరాని
gravel (n)కంకర
gravestone (n)సమాధిశిల
graveyard (n)శ్మశానము
gravitation (n)ఆకర్షణశక్తి
gravity (n)ఆకర్షణశక్తి; అనుపేక్షణీయత; భారము; గాంభీర్యము
gray (a.)నెరిసిన; బూడిదరంగుగా నున్న
graze (v i)కసవుమేయు (v t)మేయు, మేపు
grease (n)క్రొవ్వు; గ్రీజు
great (a)గొప్ప; ఘనమైన
greatness (n)గొప్పతనము
greed (n)లోభము
greedily (adv.)అత్యాశతో
greedy (a.)అత్యాశగల
green (a.)ఆకుపచ్చని; పచ్చి (n)ఆకుపచ్చరంగు
greet (v.t.)నమస్కరించు; పలుకరించు
greeting (n.)అభివందనము; పలుకరింపు
gregarious (a)గుంపులుగాజీవించునట్టి
grey (a)నెరిసిన; బూడిదరంగుగల
grief (n.)దుఃఖము
grievance (n)కష్టము; ఇబ్బంది
grievous (n)దుఃఖకరమైన; ఘోరమైన
grill (v.t)వేపు
grim (a)తీవ్రమైన
grimace (n)ముఖవికృతి
grimly (adv)భయంకరముగా
grin (v i)పండ్లిగిలించు
grind (v t)విసరు; రాచు, సానపట్టు
grindstone (n.)తిరుగలి; సాన
grip (n)గట్టిపట్టు
gripe (n.)పట్టు; బాధ
grisly (a)భయంకరమైన
grit (n)మనోదార్ఢ్యము
groan (v i)మూలుగు
groaning (n)మూలుగు
grocery (n) ఆహారసామగ్రుల అంగడి
groom (n) పెండ్లికొడుకు, సేవకుడు
groove (n.)గాడి
grope (vt & v i.)తడవులాడు
gross (a)మొత్తమైన(n) మొత్తము; పండ్రెండుడజనులవస్తువులు
grotesque (a)వికారమైన
grotesqueness (n.)వైపరీత్యము
ground (n)నేల; అడుగు; ఆధారము; కారణము
groundless (a.)ఆధారములేని
ground-nut (n)వేరుసెనగ
groundwork (n)పునాది
group (n.)గుంపు
grove (n)తోట
grow (v i)పెరుగు; వృద్ధిపొందు
growl (v i.)గుఱ్ఱుమను
growth (n)వృద్ధి
grudge (n)పగ; కోపము
gruel (n)గంజి; జావ; అంబలి
gruesome (a)భయంకరమైన

grumble . (vi.) సణుగు, గొణుగు
guana : (n) ఉడుము
guarantee : (n) పూచీ, ఉత్తరవాదము (vi.) పూచీపడు
guard (v.) రక్షించు, కావలికాయు (vt.) రక్షకుడు, కావలివాడు
guardedly . (adv.) జాగ్రత్తగా
guardian . (n) సంరక్షకుడు
guava : (n.) జామపండు
guerrilla . (n.) శత్రుసేనలపై మాటిమాటికి హఠాత్తుగాపడుట
guess : (vt) ఊహించు
guest : (n.) అతిథి
guidance : (n.) ఉపదేశము
guide : (vt) దారిచూపు (n) దారిచూపువాడు
guild : (n.) సమాజము
guile : (n) మోసము
guillotine . (n.) తలలు ఉత్తరించు, ఒక సాధనము
guilt : (n.) నేరము, అపరాధము
guilty : (a) దోషియైన
guise . (n) వైఖరి, వేషము
guitar (n) ఒక వాద్యవిశేషము
gulf . (n) సింధుశాఖ
gullet : (n.) కుత్తుక
gulp : (vt.) గుటుక్కున మింగు
gum . (n) జిగురు
gun . (n.) తుపాకి
gunny : (n.) గోనెము
gunpowder (n) తుపాకిమందు
gurgle : (vi.) జలజలమనిధ్వనిచేయు
gush : (vi.) వేగముతో స్రవించు
gust . (n) పెద్దగాలి
gut (n) కడుపులోని ప్రేగు
gutter (n) మురికికాలువ
gymkhana : (n.) జింఖానా
gymnasium : (n.) కసరతుచేసెడు ఇల్లు
gymnastics : (n.) కసరతు, సాము
gypsy : (n) సంచారజీవనముచేయువాడు, ఎఱుకలవాడు

H

ha : (interj) ఆహా, అయ్యో
habit : (n.) అలవాటు
habitable : (a.) వాసయోగ్యమైన
habitant : (n.) నివాసి
habitation : (n) వాసస్థానము
habitual (a.) అలవాటైన
habitude : (n) అలవాటు
hack : (vt) నఱుకు
hackney : (n) అద్దెబండి
Hades : (n) నరకలోకము, పితృలోకము
haemorrhage (n) రక్తస్రావము
hag : (n) వికారమైనముసలిది
haggard . (a) కృశించిపోయిన
haggle . (vi) స్వల్పమునకు బేరమాడు
hail (n.) వడగండ్లవాన
hailstone (n) వడగల్లు
hail-storm : (n.) వడగండ్లవాన
hair . (n.) వెండ్రుక, వెండ్రుకలు
hairbreadth : (a) వెండ్రుకవాసి
hairy : (a.) వెండ్రుకలుగల
hale : (a.) ఆరోగ్యముకలిగిన
half : (n. & a) సగము

half-hearted (a.)పూర్ణమైనమనస్సు లేని
half-moon .(n.)అర్ధచంద్రుడు
half-way .(adv)మధ్యను
half-year .(n)అర్ధసంవత్సరము
hall .(n.)చావడి
hallmark :(n.)మేలురకముగుర్తు
hallowed :(a)పవిత్రమైన
hallucination :(n.)మతివిభ్రమము
halo :(n)పరివేషము
halt .(vi)నిలుచు(vt.)నిలుపు (n.)మజిలి
hamlet :(n.)పల్లెటూరు; సివారు
hammer .(n.)సుత్తి
hammock :(n.)గుడ్డఉయ్యేల
hamper :(vt.)అడ్డగించు
hand :(n.)హస్తము
handbill .(n.)చీటి
handcuff :(n.)చేతిసంకెల
handful .(a.)పిడికెడు
handicap :(n.)ఆటంకము
handicraft :(n.)చేతిపని
handily .(adv.)వాటముగా
handkerchief .(n.)చేతిరుమాలు
handle :(n.)పిడి (vt.)తాకు; ఉపయోగించు
handloom :(n.)చేతిమగ్గము
handmade :(a.)చేతితోచేసిన
handmaid .(n.)చెలికత్తె
hand-post :(n.)దారిచూపుస్తంభము
handsome :(a.)అందమైన
handwriting .(n.)దస్తూరి
handy :(a)వాటముగానున్న
hang :(vt.)వ్రేలాడదీయు; ఉరితీయు
hanger .(n)చిలుకకొయ్య; చిన్నకత్తి
hanger-on :(n.)ఆశ్రితుడు
hank :(n)నూలుకండె
hap :(n.)అదృష్టము
haphazard (a.)తోచినట్లు
happen .(vi.)సంభవించు
happily :(adv.)సంతోషముగా
happiness :(n.)సంతోషము
happy .(a)సంతోషముగల
harangue :(n)తీవ్రప్రసంగము
harass :(vt.)పీడించు
harbinger .(n.)రాబోవుదానికిగుర్తు
harbour :(n.)నౌకాశ్రయము(vt.)ఆశ్రయమిచ్చు
hard :(a)కఠినమైన; క్రూరమైన
harden .(vt.)గట్టిపఱచు
hardened :(a)గట్టియైన
hard-hearted :(a.)కఠినహృదయము గల
hardiness (n.)సాహసము; దార్ఢ్యము
hardly :(adv.)చాలీచాలక
hardness :(n.)కాఠిన్యము
hardware :(n.)ఇనుపసామాను
hardy :(a)దృఢమైన; సాహసముగల
hare :(n)కుందేలు; చెవులపిల్లి
hark :(vi.)విను
harm :(n.)హాని(vt.)హానిచేయు
harmful .(a.)హానికరమైన
harmless (a.)హానిచేయని
harmonious :(a)శ్రావ్యమైన; సమపాళముగల
harmonium :(n)ఒకసంగీతసాధనము
harmony :(n.)శ్రావ్యము; పొందిక

harness (n)జీను
harpoon (n)రువ్వెడుఈటె
harrow (vt)బాధించు
harsh (a.)కఠినమైన; క్రూరమైన
harvest (n)కోసినపంట
has (vt)కలిగియుండు
haste (n)వేగము; తొందర
hasten (vt.)త్వరపెట్టు
hastily (adv)త్వరగా
hasty (a.)అనాలోచితమైన
hat (n)టోపి
hatch (vi)పొదుగు
hatchet (n)చిన్నగొడ్డలి
hate (vt)ద్వేషించు
hateful (a)అసహ్యమైన
hatred (n)పగ; ద్వేషము
haughtiness (n)అహంకారము
haughty (a)అహంకారముగల
haul (vt)గుంజు
haunt (vt)తఱచుగాతిరుగు
haunted (a.)దయ్యములుతిరుగుచున్న
have (vt)కలిగియుండు
haven (n.)ఆశ్రయము
havoc (n)ధ్వంసము
hawk (n)డేగ
hawker (n)వీధులవెంటతిరిగిఅమ్ము వాడు
hay (n)ఎండుగడ్డి
hazard (vt)తెగించు
hazardous (a)అపాయమైన
hazy (a.)స్పష్టముగాతెలియని
he (pro)అతడు; ఇతడు; అది; ఇది
head (n)తల; నాయకుడు(vt)అధిప తిగానుండినడిపించు
headache (n.)తలనొప్పి
heading (n)శీర్షిక
headless (a)తలలేని
headlong (adv.)దుడుకుగా
headman (n)నాయకుడు
headmaster (n)ప్రధానోపాధ్యాయుడు
headship (n)నాయకత్వము
headstrong (a.)మూర్ఖమైన; అవిధే యమైన
heal (vt.)మాన్పు
healing (a.)మాన్పెడు
health (n)ఆరోగ్యము
healthy (a)ఆరోగ్యకరమైన
heap (vt)ప్రోగు, రాశి(vt)ప్రోగు చేయు
hear (vt)విను
hearing (n)వినుట
hearken (vi)విను; ఆలకించు
hearsay (n)వదంతి
heart (n)హృదయము
heartburning (n)అసంతృప్తి; పగ
heartfelt (a)గాఢమైన; మనఃపూర్వ కమైన
hearth (n.)పొయ్యి
heartily (adv.)హృదయపూర్వకముగా
heartless (a.)క్రూరమైన
heart-rending (a)గుండెను ఎగు లగొట్టునట్టి
hearty (a)నిష్కపటమైన; హృదయ పూర్వకమైన
heat (n)వేడిమి(vt)వేడిచేయు

heave :(v.t.)పైకెత్తు
heaven :(n.)ఆకాశము; స్వర్గము; దేవుడు
heavenly :(a.)స్వర్గ సం.
heavily :(adv.)బరువుగా
heaviness :(n.)బరువు
heavy :(a.)బరువైన
hectic :(a.)కలవరపడిన
hedge :(n.)కంచె
hedgehog :(n.)ముండ్లపంది
heed :(vt.)లక్ష్యపెట్టు
heedless :(a.)లక్ష్యములేని
heel :(n.)మడమ
height :(n.)ఎత్తు; ముమ్మురము
heighten :(vt.)అధికముచేయు
heinous :(a.)అతిదుష్టమైన
heir :(n.)వారసుడు
heirloom :(n.)కులద్రవ్యము
heirship :(n.)వారసత్వము
hell :(n.)నరకము; దుర్గతి
helmet :(n.)శిరస్త్రాణము
helmsman :(n.)చుక్కానిత్రిప్పువాడు
help :(n.)సాహాయ్యము(vt.)సహాయము చేయు
helpless :(a.)గతిలేని
helter-skelter :(adv.)తబ్బిబ్బుగా
hemisphere :(n.)అర్ధగోళము
hen :(n.)కోడిపెట్ట
hence :(adv.)ఇక్కడనుండి; కనుక
heceforth :(adv.)ఇకపైన
henchman :(n.)సేవకుడు
henpecked :(a.)భార్యకుభయపడునట్టి
hepatic :(a.)పిత్తాశయ సం.

her :(pro& a.)ఆమెయొక్క; ఆమెను
herald :(n.)దూత (v.t.)చాటించు
herb :(n.)మూలిక; ఓషధి; మొక్క
herbage :(n.)మొక్కలు
herbal :(a.)ఓషధుల సం.
herd :(n.)మంద
here :(adv.)ఇక్కడ
hereabouts :(adv.)ఈ ప్రాంతములో
hereafter :(adv.)ఇకమీదట
hereat :(adv.)ఇందువలన
hereby :(adv.)ఇందువలన
hereditary :(a.)వంశపారంపర్యమైన
heredity :(n.)అనువంశికత
herein :(adv.)ఇందులో
hereof :(adv.)దీనియొక్క
hereon :(adv.)ఇందుమీద
hereto :(adv.)ఇందుకు
heretofore :(adv.)ఇంతకుముందు
hereunder :(adv.)దీనిక్రింద
hereunto :(adv.)ఇంతవఱకు
hereupon :(adv.)ఇందుపైన
herewith :(adv.)దీనితో; ఇందుతో
heritage :(n.)పిత్రార్జితము; వారసత్వము
hermaphrodite :(n.)ఉభయలింగజీవి
hermit :(n.)ఋషి; సన్యాసి
hermitage :(n.)పర్ణశాల
hernia :(n.)అంత్రవృద్ధి
hero :(n.)వీరుడు; కథానాయకుడు
heroic :(a.)వీరుడైన
heroine :(n.)వీరురాలు
heroism :(n.)వీరత్వము
hesitant :(a.)సందేహించెడు

hesitate ·(vt)సందేహించు
hesitation ·(n)సందేహము
heterogenous .(a)నానావిధముగా ఉన్న
hew (vt)గొడ్డలితో నఱకు
hexagon .(n.)షడ్భుజి
hiatus (n)సందు
hibernate .(vt)చలికాలమున జీవన మాధిలో ఉండు
hibernation (n.)జీవనమాధి
hiccup (n)వెక్కిలి
hide (vt)దాచు (vi.)దాగు (n)జంతుచర్మము
hideous ·(a)వికారమైన; భయంకర మైన
hiding (n)మఱుగు; దాచుట
higgle (vt)నచ్చుబేరమాడు
high (a.)ఎత్తైన; ఉదారమైన
high-handed .(a.)అక్రమమైన
highland (n)మిట్టభూమి
highly ·(adv.)గొప్పగా
highness .(n)ఘనత
highroad ·(n)రాజవీధి
highway .(n)రహదారి
highwayman ·( )దారికొట్టిదోచువాడు
hike (n.)ధరలపెంపు
hilarious (a)ఉల్లాసముగల
hilariousness :(n.) ఉల్లాసము
hill :(n)చిన్నకొండ
hillock ·(n.)మిట్ట; దిబ్బ
hilt :(n)కత్తిమొ. వానిపిడి
him :(pro.)వానిని
hind ·(a.)వెనుకటి
hindrance (n)అడ్డము; ఆటంకము
hinge (n.)కీలు; ఆధారము
hint :(n)సూచన (vt.)సూచించు
hinterland (n)వెనుకభూమి
hip .(n)తుంటి
hippopotamus (n)నీటిగుఱ్ఱము
hire (n)కూలి, అద్దె; బాడుగ (vt)అద్దెకుతీసికొను
hireling (n.)కూలివాడు
his ·(a& pro)అతనియొక్క
hiss .(n)బుస (vi)బుసకొట్టు
historian .(n)చరిత్రకారుడు
history .(n)చరిత్ర
hit :(n.)దెబ్బ (vt)కొట్టు
hitch :(n.)చిక్కు, తగవు; ఆటం కము
hither .(adv)ఇక్కడకు
hitherto .(adv)ఇప్పటివఱకు
hive (n.)తేనెపట్టు
hoard ·(n)దాచిపెట్టినసరకు (vt)కూడ బెట్టు
hoarse ·(a)బొంగురుపోయిన
hoary (a)పురాతనమైన
hoax (n)తమాషా; మోసము
hobby ·(n)అత్యంతఅభిరుచిగలవిషయము
hockey :(n.)ఒక ఆట
hog ·(n.)పంది
hoist :(vt.)పైకెత్తు; ఎగురవేయు
hold (n)పట్టు; చెఱసాల (vt.)పట్టుకొను; ఉంచు; తలచు
hole ·(n.)రంధ్రము
holiday :(n.)సెలవు దినము; ఆటవిడుపు

hollow .(a.)బోలు; బూటకమైన (n.)తొఱ్ఱ; పల్లము
hollowness :(n.)బోలుతనము
holy (a.)పవిత్రమైన
homage (n.)మర్యాద; పూజ; సేవ
home (n.)స్వగృహము (adv.)తన యింటికి
homeless (a.)ఇల్లులేని
homely :(a.)సాధారణమైన
homesick :(a.)ఇంటిపై బెంగపెట్టుకొనిన
homicide :(n.)నరహత్య
homily :(n.)ధర్మోపదేశప్రసంగము
homogeneous (a.)సజాతీయమైన
hone :(n.)ఒక విధమైన సానరాయి
honest :(a.)నిజాయతీగల
honesty (n.)నిజాయతీ
honey .(n.)తేనె
honey-bee :(n.)తేనెటీగ
honeycomb .(n.)తేనెపట్టు
honeymoon :(n.)పెండ్లియైనమొదటినెల
honorarium :(n.)గౌరవభృతి
honorary :(a.)గౌరవ
honorific :(n.)గౌరవవాచకము
honour :(n.)గౌరవము; ప్రతిష్ఠ
honourable :(a.)గౌరవనీయుడైన; న్యాయమైన
hood :(n.)పాముపడగ
hoodwink :(vt.)మోసముచేయు
hoof :(n.)డెక్క
hook :(n.)కొక్కెము
hook-worm :(n.)కొక్కిపురుగు
hoop .(n.)పీపాకట్టు (v.i.)అఱచు
hoot :(vi.)ఎగతాళిచేసి కేకలువేయు
hop.(vi.)ఒంటికాలిమీదదుముకు; దుమికి దుమికి నడచు
hope :(n.)ఆశ (vt.)ఆశకలిగియుండు
hopeful :(a.)ఆశకలిగియున్న
hopeless :(a.)ఆశలేని
horde (n.)సంచారజాతి
horizon :(n.)దిక్చక్రము
horizontal :(a.)సమమట్టముగానున్న
horn :(n.)కొమ్ము
hornet :(n.)కందురీగ
horoscope :(n.)జాతకము
horrible (a.)భయంకరమైన;క్రూరమైన
horrify :(a.)భయపెట్టు
horripilation (n.)రోమాంచము;గగుర్పాటు
horror :(n.)భీతి; భయము, అసహ్యము
horse :(n.)గుఱ్ఱము
horsefly (n.)జోరీగ
horsepower :(n.)గుఱ్ఱపుబలము
horseshoe .(n.)గుఱ్ఱపులాడము
horsewhip :(n.)గుఱ్ఱపుకొరడా
horticulture :(n.)ఉద్యానవనకృషి
hosiery :(n.)అల్లికవస్తువులు
hospital (n.)వైద్యశాల
hospitality :(n.)అతిథిసత్కారము
host :(n.)అతిథ్యమిచ్చువాడు; గొప్ప సమూహము
hostel :(n.)విద్యార్థుల వసతిగృహము
hostile :(a.)ప్రతికూలమైన
hostility (n.)పగ; విరోధము

hot :(a.)వేడియైన
hotchpotch .(n)కదంబము
hotel .(n.)పూటకూళ్ల ఇల్లు
hothead :(n)దుడుకుతనముకలవాడు
hound :(n)వేటకుక్క
hour .(n.)గంట; వేళ
house .(n)ఇల్లు; సభ; వంశము
household (n)కుటుంబము
housekeeper ·(n.)ఇంటిపెద్ద
housemaid (n.)పనికత్తె
housewife ·(n.)గృహిణి; ఇంటి యజమానురాలు
hovel (n)గుడిసె
hover (vi.)చుట్టును తిరుగుచుండు
how (adv.)ఎట్లు
howdah .(n.)ఏనుగుఅంబారి
however :(adv& conj)అయినప్పటికిని
howl (vi.)కూయు; అఱచు
hub :(n)చక్రము యొక్క మధ్యభాగము
hubbub ·(n)సందడి
huckle (n.)తుంటి
huddle ·(vt.)కుక్కు; నొక్కు
hue (n)రంగు; అఱవు
huff (n.)కోపము; అలుక
hug ·(vt.)కౌగిలించు
huge .(a.)బ్రహ్మాండమైన
hull :(n.)పై పొట్టు
hum :(n.)ఝుంకారము
human :(a.)మానవ సం.
humane .(a.)దయ గల
humanist (n)దయామయుడు; మానవతావాది
humanitarian .(n)దయగలవాడు (a)కరుణతో నిండిన
humanity (n)మానవజాతి; మానవత్వము
humble .(a.)వినయము గల(v.t.)తగ్గించు
humbug (n.)దగా; దగాకోరు
humid .(a.)చెమ్మగానున్న
humidity (n)చెమ్మ; తేమ; ఆర్ద్రత
humiliate .(vt)అవమానపఱచు
humiliating (a)అవమానకరమైన
humiliation ·(n.)అవమానము
humility (n)అణకువ; నమ్రత; వినయము
humming ·(n)ఝుంకారము
humour ·(n)మనోవృత్తి; నవ్వును పుట్టించు చమత్కారశక్తి
humorist (n)నవ్వును పుట్టించెడువాడు
humorous :(a)చమత్కారమైన
hump .(n)ఉబుకు; గూను
humus ·(n.)మృత్తికలోని పాక్షికముగా క్రుళ్లిన సేంద్రియ పదార్థము
hunch ·(n)గూను
hunchback ·(n)గూనివాడు
hundred .(n& a.)వంద; నూఱు
hundredfold :(n)వందరెట్లు
hunger :(n.)ఆకలి
hungry .(a)ఆకలిగొనిన
hunt ·(vt& vi.)వేటాడు
hunter (n.)వేటకాడు
hunting :(n.)వేట

huntsman .(n)వేటకాడు
hurdle (n)తడిక; అడ్డు
hurl .(v.t.)విసరివేయు
hurrah (n & interj)సెబాసు
hurricane :(n.)తుపాను
hurry :(v t.)త్వరపెట్టు (v.i)తొందరపడు(n)తొందర
hurriedly (adv)తొందరగా
hurt :(v t)గాయపఱచు; బాధించు (n.)గాయము; బాధ
hurtful :(a)హానికరమైన
husband .(n)భర్త; నిర్వాహకుడు
husbandsman :(n.)సేద్యగాడు
husbandry :(n.)కృషి; పోడిమి
hush :(interj)సద్దు చేయకుము (v.t.)సద్దు అణచివేయు
husk (n)పొట్టు(v.t)పొట్టు తీయు
husky :(a.)పొట్టుతోనున్న; గొంతు రాసిన
hustle.(v.t.)మోటుతనముగా త్రోయు
hut (n.)గుడిసె
hutch :(n.)బోను
hybrid :(a.)సంకరమైన
hydra .(n.)ఎన్నో తలలుగల కాలసర్పము
hydrocele :(n)బుడ్డ; ఒఱుబీజము
hydrogen :(n.)ఉదజని
hydropathy :(n.)జలప్రయోగచికిత్స
hydrophobia .(n.)పిచ్చి కుక్క కాటు వలన కలిగెడు రోగము
hyena :(n.)దుమ్ములగొండి
hygiene :(n.)ఆరోగ్య శాస్త్రము
hymen (n.)ఉల్లిపొర
hymn :(n.)కీర్తన
hyperbole (n.)అతిశయోక్తి
hyphen :(n.)చిన్న అడ్డుగీటు
hypnotism :(n.)యోగనిద్ర
hypocrisy (n)కాపట్యము
hypocrite .(n.)కపటి
hypocritic :(a)కపటియైన
hypotenuse (n.)త్రిభుజములో సమకోణమున కెదురుగా నుండు భుజము
hypothesis :(n.)ఊహ
hysteria :(n)మూర్ఛ; అపస్మారము
hysteric :(a.)అపస్మారపు; మూర్ఛ సం.

I

I :(pro.)నేను
ice :(n)మంచుగడ్డ
iceberg :(n.)మంచుదిబ్బ
icon :(n)విగ్రహము
iconical :(a)విగ్రహ సం.
icy :(a.)మంచు వంటి; చల్లని
idea :(n)భావము; ఉద్దేశ్యము
ideal .(n.)ఆదర్శము (a.)ఆదర్శప్రాయమైన
identical :(a)అదే
identification .(n)ఆనవాలు
identify .(v t)గుర్తించు
identity :(n)అభేదత్వము
idiom :(n.)జాతీయము
idiomatic :(a.)ఆయా భాషకు సహజమైన
idiosyncrasy .(n.)నైజము; స్వభావము

idiot (n.)బుద్ధిహీనుడు; పుట్టువెఱ్ఱి వాడు
idiotic (a.)వివేచనా శక్తి లేని
idle :(a.)సోమరిగా నున్న; పనికిమాలిన
idleness .(n.)సోమరితనము
idler (n.)సోమరి
idly (adv.)పనిలేకుండ
idol (n.)విగ్రహము
idolater (n.)విగ్రహారాధకుడు
idolatry :(n.)విగ్రహారాధనము
idolize .(v.t.)అతిగా ప్రేమించు
if (conj.)అయిన
ignitable .(a.)రగులుకొనదగిన
ignite (v.t.)రగులబెట్టు
ignition (n.)రగుల్చుట
ignoble (a.)నీచమైన
ignominous .(a.)అవమానకరమైన
ignominy (n.)అవమానము; అప్రతిష్ఠ
ignorance :(n.)అజ్ఞానము
ignorant (a.)జ్ఞానము లేని; తెలియని
ignore .(v.t.)లక్ష్యము చేయకుండు
ileum (n.)చిన్న ప్రేవుల అంతిమ భాగము
ill :(a.)కీడైన; రోగముతో నున్న (n.)హాని; కీడు; రోగము
ill-bred .(a.)మోటైన
illegal .(a.)అన్యాయమైన; చట్టమునకు విరుద్ధమైన
illegible :(a.)స్పష్టముగాలేని
illegitimacy :(n.)అక్రమము
illegitimate :(a.)క్రమము కాని
ill-feeling (n.)విరోధము; పగ
ill-gotten :(a.)అన్యాయార్జితమైన
illiberal :(a.)అల్ప బుద్ధిగల
illicit :(a.)న్యాయవిరుద్ధమైన
illiteracy (n.)నిరక్షరాస్యత
illiterate (a.)చదువురానట్టి
ill-luck .(n.)దురదృష్టము
ill-natured (a.)దుష్ట ప్రకృతి గల
illness (n.)రోగము
illogical .(a.)తార్కికము కాని
ill-tempered (a.)కోపస్వభావము గల
ill-treat (v.t.)క్రూరముగ చూచు; నిరాదరణచేయు
illuminate .(v.t.)ప్రకాశింపజేయు
illumination .(n.)ప్రకాశము
illusion .(n.)భ్రమ; భ్రాంతి; మోసము
illusory (a.)భ్రమ పుట్టించెడు
illustrate .(v.t.)ఉదాహరణములతో స్పష్టపఱచు
illustration :(n.)ఉదాహరణము; పటము; చిత్తరువు
illustrious :(a.)ప్రసిద్ధికెక్కిన
ill-will (n.)విరోధము; పగ
image .(n.)విగ్రహము; చిత్తరువు; ఆకారము; ప్రతిబింబము
imaginary :(a.)ఊహాజనితమైన
imagination :(n.)ఊహ; కల్పనాశక్తి
imagine .(v.t.)ఊహించుకొను
imbecile :(a.)దుర్బలమైన
imbecility (n.)బుద్ధి మాంద్యము
imbibe (v.t.)గ్రహించు
imbue .(v.t.)మనసులో పడునట్లు చేయు

imitate (v.t.)అనుకరించు
imitation :(n.)అనుకరణ
immaculate (a.)శుద్ధమైన
immaterial .(a.)ముఖ్యము కాని
immature .(a.)అకాలమైన
immediate :(a.)తత్క్షణమైన
immediately :(adv.)తత్క్షణమే
immemorial :(a.)అనాది అయిన
immense (a.)అపారమైన
immerse :(v.t.)ముంచు
immersion (n.)ముంచుట
immigrate (v.i.)వలస వచ్చు
imminent .(a.)సంభవించుటకు సిద్ధముగా నున్న
immoderate :(a.)మితిమీరిన
immodest :(a.)సిగ్గుమాలిన
immolation (n.)బలి
immoral :(a.)దుర్నీతికల
immortal .(a.)చావులేని(n.)చిరంజీవి
immortality .(n.)చావులేమి
immovable :(a.)అచంచలమైన
immunity :(n.)బాధ్యత లేమి
imp .(n.)చిన్న దయ్యము
impact :(n.)ప్రభావము; తాకు
impair :(v.t.)బలహీనపఱచు
impalement :(n.)కొఱ్ఱు వేయుట
impart (v.t.)ఇచ్చు; నేర్పు; తెలియజేయు
impartial .(a.)నిష్పక్షపాతమైన
impartiality :(n.)నిష్పక్షపాతము
impatient :(a.)సహించని; ఆతురపడెడు
impeach :(v.t.)నేరము మోపు
impeachment .(n.)నేరము మోపుట
implicit .(a.)లోపల అణగి యుండు; తిరుగులేని
impede :(v.t.)ఆటంకపఱచు
impediment :(n.)ఆటంకము
impel :(v.t.)ప్రేరేపించు
impending .(a.)రాబోయెడు
impenetrable (a.)చొరరాని
imperative .(a.)విధాయకమైన
imperceptible :(a.)అగోచరమైన
imperfect (a.)అసంపూర్ణమైన
imperfectly (adv.)అసంపూర్ణముగా
imperialism :(n.)సామ్రాజ్యవాదము
imperil :(v.t.)అపాయములోనికి తెచ్చు
imperious .(a.)దురహంకారియైన
imperishable (a.)నశింపని
impermeable .(a.)అభేద్యమైన
impersonate :(v.t.)ఒకనికి బదులుగా నటించు
impertinent :(a.)దుడుకుతనము గల
imperturbable (a.)చలింపని
impervious .(a.)చొరశక్యముగాని
impetuous :(a.)ఉద్రేకమైన
impetus :(n.)ప్రోత్సాహము; ఉరవడి
impinge (v.t.)కొట్టు; తాకు
impious .(a.)భక్తి లేని
implacable :(a.)శత్రుత్వము గల
implant (v.t.)నాటు
implement :(n.)పనిముట్టు; సాధనము
implicate :(v.t.)చిక్కులో పెట్టు
implicit (a.)లోపల అణగి యుండు; తిరుగులేని

implore .(v t.)ప్రార్థించు
imply .(v.t.)భావమునిచ్చు; సూచించు
impolite :(a)మర్యాదలేని
import :(n)దిగుమతి(v.t.)దిగుమతి చేయు
importance .(n)ప్రాముఖ్యము
important (a)ముఖ్యమైన
importer .(n.)దిగుమతి చేయువాడు
importune :(v.t)పీడించు
impose :(v.t)విధించు
imposing :(a)గంభీరమైన
imposition (n)విధించుట; పన్ను
impossibility :(n)అసాధ్యమైన పని
impossible :(a)అసాధ్యమైన
impostor :(n.)వంచకుడు
imposture :(n.)మోసము
impotent :(a)శక్తి లేని; మగతనము లేని
impregnable :(a)చొరశక్యము కాని
impress :(v t.)మనసున నాటించు
impression (n.)భావము; అచ్చు వేసినది
imprint :(v t.)అచ్చువేయు
imprision (v t.)చెఱసాలలో పెట్టు
imprisonment :(n)చెఱ; ఖైదు
improbable :(a.)బహుశా కాకపోయెడు
improper :(a)అనుచితమైన
impropriety (n.)అమర్యాద
improve :(v.t.)అభివృద్ధి చేయు
improvement :(n.)అభివృద్ధి
imprudence :(n.)ముందు యోచన లేమి
imprudent :(a.)ముందు యోచన లేని
impudent (a.)సిగ్గుమాలిన
impugn :(v t.)ఆక్షేపించు
impulse :(n)ప్రేరేపణ; హఠాత్తుగా తోచినది
impunity .(n)శిక్షలేమి
impure .(a)అపరిశుద్ధమైన
impurity :(n.)మాలిన్యము
impute (v.t.)ఆరోపించు
in :(p.)లో; అందు (adv.)లోనికి
inability :(n)అశక్తి
inaccessible .(a.)దగ్గఱకు పోగూడని
inaccurate (a)సరికాని
inactive :(a)సోమరియైన
inactivity :(n)సోమరితనము
inadequate :(a.)చాలని
inadmissible (a)అనుమతింప వీలు గానట్టి
inadvertently :(adv)పరాకుగా
inalienable .(a.)పరాధీనము చేయుటకు వీలుగాని
inanimate :(a)ప్రాణములేని
inapplicable :(a)పొసగని
inappropriate .(a)తగని
inapt :(a.)తగని
inarticulate .(a.)అస్పష్టమైన
inattentive :(a.)పరాకుగానున్న
inaudible :(a.)వినబడని
inaugural (a.)ప్రారంభ సం.
inaugurate :(vt.)ఆరంభముచేయు
inauguration :(n.)ఆరంభము
inauspicious :(a.)అశుభమైన
inborn :(a.)సహజమైన
incalculable :(a.)చెప్పనలవిగాని
incandescent :(a)జ్వలించెడు

incantation :(n.)మంత్రోచ్చారణము
incapable :(a.)అసమర్థుడైన
incapacity :(n.)అశక్తి
incarnation :(n.)అవతారము
incense :(n.)సాంబ్రాణి; ధూపము
incentive :(n.)ప్రోత్సాహము
inception :(n.)ఆరంభము
incessant :(a.)ఎడతెగని
inch :(n.)అంగుళము
incident :(n.)సంభవము
incidentally :(adv.)సందర్భవశమున
incipient :(a.)ఆరంభమందలి
incision :(n.)కోత; గంటు
incite :(vt.)పురిగొల్పు
incitement :(n.)ప్రేరేపణ
inclement :(a.)అతిశీతలముగానున్న
inclination :(n.)ఇష్టము
incline :(vt.)ఇష్టపడు
include :(vt.)కలుపు; చేర్చు
including :(p.)కలుపుకొని
inclusive :(a.)కలుపుకొనునట్టి
incognito :(adv.)ప్రచ్ఛన్నముగా
incoherent :(a.)అసంగతమైన
incombustible :(a.)మండని
income :(n.)ఆదాయము
income-tax :(n.)ఆదాయపుపన్ను
incoming :(a.)వచ్చుచున్న
incompatible :(a.)పొసగని
incompetent :(a.)అర్హతలేని
incomplete :(a.)అసంపూర్ణమైన
inconceivable :(a.)ఊహింపగూడని
inconclusive :(a.)పరిష్కారముకాని
inconsistent :(a.)సరిపడని
incontestable :(a.)నిరాక్షేపణీయమైన
inconvenience :(n.)అసౌకర్యము
inconvenient :(a.)సదుపాయములేని
incorporate :(vt.)కూర్చు; చేర్చు
incorrect :(a.)సరికాని
incorrigible :(a.)దిద్దుటకుశక్యముకాని
increase :(vt.)వృద్ధిచేయు
incredible :(a.)నమ్మరాని
incredulous :(a.)నమ్మికలేని
increment :(n.)పెంపు; హెచ్చు
incriminate :(vt.)నేరముఆరోపించు
incubation :(n.)పక్షిగ్రుడ్లుపొదుగుట
inculcate :(vt.)బోధించు
incumbent :(n.)ఉద్యోగమందున్నవాడు
incur :(vt.)పొందు
incurable :(a.)కుదురని
indebted :(a.)అప్పుపడిన
indecent :(a.)సిగ్గుమాలిన
indecision :(n.)అనిశ్చయము
indecorous :(a.)అమర్యాదమైన
indeed :(adv.)నిజముగా
indefatigable :(a.)అలపులేని
indefensible (a.)సమాధానము చెప్పుటకువీలులేని
indefinite :(a.)అనిర్దిష్టమైన
indelible :(a.)చెఱుపరాని
indemnity :(n.)చెల్లు; నష్టపూర్తి
indent :(n.)కావలసినసామానులపట్టి
indenture :(n.)ఒడంబడిక
independence :(n.)స్వాతంత్ర్యము
independent :(a.)స్వతంత్రమైన
indescribable :(a.)వర్ణింపశక్యముకాని

indestructible .(a.)నశింపజేయ అసాధ్యమైన

index :(n.)సూచిక

index-finger .(n.)చూపుడువ్రేలు

indicate :(vt.)సూచించు

indication :(n.)సూచన

indict :(vt.)నేరముమోపు

indifference .(n.)ఉపేక్ష

indifferent (a.)ఉపేక్షచేసెడు

indigenous :(a.)దేశీయమైన

indigestion :(n.)అజీర్ణము

indignant .(a.)కోపముగల

indignation :(n.)ఆగ్రహము

indignity :(n.)అగౌరవము

indigo :(n.)నీలిమందు

indirect :(a.)పరోక్షపు

indiscreet .(a.)ఆలోచనలేని

indiscriminate (a.)వివేచనలేని

indispensable :(a.)అగత్యమైన

indisposition :(n.)అయిష్టము; అస్వాస్థ్యము

indisputable :(a.)నిర్వివాదమైన

indissoluble :(a.)కరగని

indistinct :(a.)అస్పష్టమైన

indistinguishable :(a.)వేఱుగాతెలియని

individual :(n.)ఒకవ్యక్తి

individuality :(n.)వ్యక్తిత్వము

indivisible .(a.)విడదీయగూడని

indolent .(a.)సోమరియైన

indomitable .(a.)జయింపశక్యముకాని

indoors :(adv.)ఇంటిలోపల

induce :(vt.)ప్రోత్సహించు

induct (vt.)అధికారపీఠమునందు కూర్చుండబెట్టు

indulge :(vi.)హద్దులేకుండనడచుకొను

indulgence :(n.)ఇష్టప్రకారము నడచుకొనుట

industrious .(a.)పాటుపడెడు

industry :(n.)పరిశ్రమ

ineffective .(a.)వ్యర్థమైన

inefficient :(a.)సామర్థ్యములేని

inelegant .(a.)సొగసులేని

ineligible :(a.)అనర్హమైన

inequality .(n.)భేదము

inequitable :(a.)అన్యాయమైన

inert .(a.)జడమైన

inevitable :(a.)అనివార్యమైన

inexcusable .(a.)క్షమింపశక్యముకాని

inexpensive :(a.)చౌకయైన

inexperienced .(a.)అనుభవములేని

infallible .(a.)పొరపాటుపడని

infamous :(a.)అపఖ్యాతిపొందిన

infancy :(n.)శైశవము

infant :(n.)చిన్నశిశువు

infanticide (n.)శిశుహత్య

infantry :(n.)కాల్బలము

infection :(n.)అంటురోగము

infer :(vt.)ఊహించు

inferior :(a.)తక్కువయైన

inferiority :(n.)హీనస్థితి

infidelity :(n.)ద్రోహము

infinite :(a.)అనంతమైన

infinity :(n.)అనంతత్వము

infirm :(a.)దుర్బలమైన

infirmity :(n.)రోగము

inflammation .(n.)వాపు; ఉద్రేకము
inflate :(vt.)ఉబ్బించు
inflation :(n.)ధరలు పెరుగుట
inflict :(vt.)కలుగజేయు
influence :(n.)పలుకుబడి
influenza :(n.)ఇన్ ఫ్లుయంజా
inform :(vt.)తెలియజేయు
informal :(a.)క్రమపద్ధతిలేని
information :(n.)సమాచారము
infringe :(vt.)అతిక్రమించు
infuse :(vt.)మనస్సునపట్టించు
ingenious .(a.)సూక్ష్మబుద్ధిగల
ingenuous :(a.)నిష్కపటమైన
ingratitude :(n.)కృతఘ్నత
inhabit :(vt.)కాపురముండు
inhabitant :(n.)నివసించువాడు
inhale :(vt.)పీల్చు
inherent .(a.)సహజమైన
inherit :(vt.)వారసత్వముగపొందు
inheritance :(n.)వారసత్వమైన ఆస్తి
inhuman :(a.)క్రూరమైన
inimical :(a.)విరోధమైన
iniquity :(n.)అన్యాయము
initial .(a.)మొదటి
initiate :(vt.)ప్రవేశపెట్టు
initiation :(n.)ఆరంభము
initiative .(n.)ఆరంభము
inject :(vt.)లోపలికిఎక్కించు
injunction :(n.)ఆజ్ఞ
injure :(vt.)హానిచేయు
injurious :(a.)హానికరమైన
injury :(n.)హాని; గాయము
injustice :(n.)అన్యాయము

ink .(n.)సిరా
ink-bottle :(n.)సిరాబుడ్డి
inkling .(n.)జాడ
inland :(n.)సముద్రమునకు దూరము
నున్న భూభాగము
inmate :(n.)నివాసి
inn :(n.)సత్రము; ప్రయాణికుల ఇల్లు
innate :(a.)సహజమైన
inning :(n.)పారి; వంతు
innocence .(n.)నిష్కాపట్యము
innocent :(a.)కపటములేని
innovation :(n.)క్రొత్తకల్పన
innumerable .(a.)లెక్కలేని
inopportune :(a.)సమయము తప్పిన
inordinate :(a.)అత్యధికమైన
inorganic :(a.)నిరింద్రియ; అసంగా
రక
inquest :(n.)విచారణ
inquire :(vt.& vi.)విచారించు
inquisitive :(a.)విమర్శించితెలిసికొనెడి
బుద్ధిగల
insane :(a.)పిచ్చిపట్టిన
insanitary :(a.)అనారోగ్యకరమైన
insatiable :(a.)తృప్తిపొందని
inscription :(n.)శాసనము
inscrutable :(a.)తెలిసికొనజాలని
insect :(n.)కీటకము; క్రిమి
insecticide :(n.)క్రిమిసంహారిణి
insecure :(a.)భద్రముకాని
insensible :(a.)స్మారకములేని; కఠి
నమైన
inseparable :(a.)వేఱుచేయుసాధ్యము
కాని

insert :(vt.)చేర్చు
inside :(n.)లోపలిభాగము(a.)లోని
insight :(n.)పరిజ్ఞానము
insipid :(a.)రుచిలేని
insist :(vt.)పంతముపట్టు
insolent :(a.)అహంకారియైన
insoluble :(a.)కరగని
insolvent :(a.)అప్పులుతీర్చలేని
inspector :(n.)తనిఖీచేయువాడు
inspire :(vt.)ప్రేరేపించు
instable :(a.)చంచలమైన
install :(vt.)ఉంచు
instalment :(n.)వాయిదాపైకము
instance :(n.)ఉదాహరణము
instant :(a.)ప్రస్తుతపు; తత్క్షణమైన
instead :(adv.)బదులుగా
instigate :(vt.)పురిగొల్పు
instill :(vt.)మననునపట్టించు
instinct :(n.)సహజజ్ఞానము
institute :(n.)సంస్థ; సంఘము
institution :(n.)సంస్థ
instruct :(vt.)నేర్చు; ఆజ్ఞాపించు
instructor :(n.)నేర్పువాడు
instruction :(n.)విద్య; జ్ఞానము
instrument :(n.)సాధనము; దస్తావేజు
insubordinate :(a.)అవిధేయమైన
insufficient :(a.)చాలని
insular :(a.)దీవిసం.
insulated :(a.)దేనినిఅంటకుండాచేయబడిన
insult :(n.)అవమానము
insurance :(n.)భీమా
insurgent :(n.)తిరుగబడినవాడు
insurmountable :(a.)అసాధ్యమైన
insurrection :(n.)తిరుగుబాటు
intact :(a.)సంపూర్ణమైన
intangible :(a.)స్పర్శించకూడని
integer :(n.)పూర్ణసంఖ్య
integral :(a.)అభిన్నమైన
integration :(n.)సమైక్యత
integrity :(n.)నీతి; న్యాయబుద్ధి
integument :(n.)పొర; చర్మము
intellect :(n.)వివేకము
intelligence :(n.)తెలివి; సమాచారము
intelligent :(a.)తెలివిగల
intelligible :(a.)స్పష్టమైన
intemperate :(a.)అమితమైన
intend :(vt. & vi.)ఉద్దేశించు
intense :(a.)తీవ్రమైన
intensity :(n.)తీవ్రత
intention :(n.)ఉద్దేశ్యము
intentionally :(adv.)బుద్ధిపూర్వకముగా
intercede :(vi.)మధ్యవర్తిగాసమాధానముచేయు
intercept :(vt.)అడ్డగించు
intercessor :(n.)మధ్యవర్తి
intercourse :(n.)అన్యోన్యసంసర్గము
interdict :(vt.)నిషేధించు
interest :(n.)వడ్డీ; ఇష్టము
interesting :(a.)మనోహరమైన
interfere :(vi.)జోక్యముచేసికొను
interior :(a.)లోని; లోపలి (n.)లోనిభాగము
interjection :(n.)ఆశ్చర్యార్థకము

interlude :(n.)ఉపనాటకము

intermediate .(a.)నడుమనున్న

intermingle :(vi.)కలిసిపోవు

intermix :(vt.)కలుపు

intern (vt.)చెఱయుందుంచు

internal :(a.)లోని; లోపలి

international :(a.)అంతర్జాతీయ

interpellation :(n.)ప్రశ్నలడుగుట

interpret :(vt.)అర్థముచెప్పు

interpretation (n.)అర్థము

interrogate .(vt.)ప్రశ్నించు

interrogation :(n.)పృచ్ఛ

interrogative :(a.)ప్రశ్నార్థకమైన

interrogator :(n.)ప్రశ్నించువాడు

interrupt :(vt.)అడ్డగించు

intersect .(vi.)సంధించు

interval (n.)మధ్యకాలము

intervene :(vi.)నడుమవచ్చు

interview (n.)సమావేశము

intestine :(n.)ప్రేగు

intimacy .(n.)స్నేహము

intimate :(a.)స్నేహముగల

intimation :(n.)తెలియజేయుట

intimidate .(vi.)భయపెట్టు

into :(p.)లోపలికి

intolerant :(a.)భిన్నాభిప్రాయమును నమ్మతింపని

intonation :(n.)స్వరము

intoxication .(n.)మత్తు

intransitive :(a.)అకర్మకమైన

intrepid :(a.)నిర్భయమైన

intricacy :(n.)చిక్కు

intricate (a.)చిక్కైన

intrigue .(n.)కుట్ర

intrinsic .(a.)సహజమైన

introduce :(vt.)ప్రవేశపెట్టు; పరిచయముచేయు

introduction :(n.)ప్రవేశము; ఉపోద్ఘాతము; పరిచయముచేయుట

intrude :(vi.)పిలువకవచ్చు

intuition :(n.)సహజజ్ఞానము

intwine :(vt.)పేను

inundate :(vt.)వెల్లువవచ్చిముంచు

invade .(vt.)దండెత్తు

invalid :(a.)చట్టవిరుద్ధమైన; పనికిరానట్టి(n.)రోగి

invalidate :(vt.)చెల్లకుండచేయు

invaluable :(a.)అమూల్యమైన

invariable :(a.)మాఱని

invariably :(adv.)తప్పకుండా

invasion :(n.)దండయాత్ర

inveigh :(vi.)దూషించు

invent :(vt.)క్రొత్తగాకల్పించు

invention :(n.)నూతనకల్పన

inventory :(n.)పట్టీ

inverse :(a.)తలక్రిందైన

inverted .(a.)తలక్రిందుచేయబడిన

invest .(vt.)పెట్టుబడిపెట్టు

investigate :(vt.)విచారించు

investigation :(n.)విచారణ

investment :(n.)పెట్టుబడి; మూలధనము

invincible :(a.)జయింపవీలుగాని

invisible :(a.)అగోచరమైన

invite :(vt.)ఆహ్వానించు

invitation : (n.) ఆహ్వానము
invocate : (v t.) ప్రార్థించు
invocation : (n.) ప్రార్థన
invoice : (n.) సరకులజాబితా
invoke : (v.t) ప్రార్థించు
involve : (v.t.) చిక్కులోపెట్టు
inward : (a.) లోని (adv.) లోనికి
inwards : (adv.) లోనికి
iota · (n.) రవంత
ire : (n.) కోపము
iris . (n.) కృష్ణపటలము
irk · (v.t.) సంకటముకలిగించు
irksome : (a.) సంకటమైన
iron : (n.) ఇనుము
ironical : (a.) శ్లేషార్థముగల
ironically : (adv.) శ్లేషార్థముగా
irony : (n.) శ్లేషార్థము
irrational : యుక్తివిరుద్ధమైన
irrecoverable : (a.) మరల పొంద-సాధ్యముగాని
irregular : (a) క్రమముతప్పిన
irrelevant : (a.) అసంగతమైన
irremidiable : (a.) కుదురని
irreparable : (a.) సవరింపవీలుగాని
irresolute : (a.) నిశ్చయములేని
irresponsible : (a.) బాధ్యతలేని
irretrievable : (a.) దిద్దశక్యముగాని
irreverence : (n) అగౌరవము
irrevocable : (a) మార్చశక్యముగాని
irrigate : (v.t.) నీరుపారించు
irrigation : (n.) నీటిపారుదల
irritate : (v.t.) కోపముపుట్టించు
irritation : (n.) ఆగ్రహము, కోపము-పుట్టించుట
is : (v.i.) ఉన్నది, ఉన్నాడు
island : (n.) దీవి
isle : (n.) దీవి
islet :(n.) చిన్నదీవి
isobar : (n) సమభారరేఖ
isohyet : (n.) సమవర్షరేఖ
isolate : (v.t.) ప్రత్యేకించు
isolation : (n) ప్రత్యేకించుట
isoscesles · (a.) ద్విసమబాహు
isothesm .(n.) సమోష్ణరేఖ
issues :(n.) సంతతి, వివాదాంశము (v.t.) ఇచ్చు, జారీచేయు
issuless ·(a) సంతతిలేని
isthmus (n.) : భూసంధి
it :(pro.) అది; ఇది; దానిని ; దీనిని
itch (n) గజ్జి; దురద (v.i.) ఆత్యాశపడు
itchy ·(n.) గజ్జిపట్టిన; దురదగల
item : (n.) వస్తు; ప్రత్యేకమైన వస్తువు; అంశము
iterate : (v.t.) తిరిగి తిరిగి చేయు
itnerary . (v.i.) ప్రయాణ కార్యక్ర-మము, మార్గము
intinerate : (v.i.) ఊరూరు తిరుగు
its : (pro) దానియొక్క, దీనియొక్క
itself : (pro) అదే, ఇదే
ivory :(n.) దంతము (a) దంత-ముతో చేసిన

J

jabber :(vi)వదరు
jack :(n.)పనసచెట్టు
jackal (n)నక్క
jackdaw (n)జెముడుకాకి
jacket :(n.) చొక్కాయి
jaculate (vt.)వేయు; విసరు
jaculation (n)రువ్వుట
jadish .(a)చెడ్డ; మొండి
jaggery .(n)బెల్లము
jaggy .(a)హెచ్చుతగ్గులుగానున్న
jaguar (n)ఒకవిధమైన చిఱుతపులి
jail (n)చెఱసాల
jailor .(n)చెఱసాలఅధిపతి
jam .(n.)తాండ్ర
jamboree (n)బాలభటులసమ్మేళనము
jangle (vi)గలగలలాడు
janitor :(n)ద్వారపాలకుడు
jar (n)జాడి
jargon (n)అపభ్రంశమైనమాట
jasmine .(n)మల్లెపువ్వు
jasper (n)సూర్యకాంతమణి
jaundice .(n)పచ్చకామెర్లవ్యాధి
jaunt (vi)విహరించు
jaunty (a)హొయలుగల; డంబమైన
javelin (n.)విసరుఈటె
jaw (n)దౌడ
jawbone :(n.)దౌడఎముక
jealous :(a)అసూయగల
jealousy (n)అసూయ
jeer (vt)ఎగతాళిచేయు
jejune .(a)నిస్సారమైన
jelly (n)చక్కెరతోపాకముపట్టిన పండ్లరసము
jeopardize :(vt)తెగించు
jeopardy :(n)అపాయము; హాని
jerk (vt)చివుక్కున ఈడ్చు
jest (n)పరిహాసము
jester :(n)హాస్యగాడు
jesuit :(n)ఏసు సంఘమునకు చెందినవాడు
jet .(n)ధార
jetty .(a.)మిక్కిలి నలుపైన
jew (n)యూదుడు
jewel :(n)నగ; ఆభరణము
jeweller :(n)నగలవర్తకుడు
jewellery .(n)నగలు
jig .(n.)నాట్యము
jigjog :(n.)కుదుపులతో గమనము
jilt (n)మోసగత్తె
jingle (vi)గల్లుగల్లుమను
job (n)పని; వృత్తి
jobber (n)పనిచేయువాడు
jobbery (n.)లంచముపుచ్చుకొనుట
jocose (a.)ఎగతాళియైన
jocular (a.)పరిహాసమైన
jocund (a)ఉల్లాసముగల
jog (vi)ఊగులాడుచుపోవు
join .(vt.)చేర్చు; కూర్చు (vi.)చేరు; కూడు
joint :(n)కీలు; అతుకు (a)ఉమ్మడిగానున్న
joke :(n)పరిహాసము (vt& vi.)పరిహాసముచేయు
joker .(n)పరిహాసకుడు

jolly (a)ఉల్లాసముగల
jolt .(n.)కుదుపు
jolthead (n)మందమతి
jostle (vt)త్రోసివేసిపోవు
jot (n)రవంత
journal (n)వార్తాపత్రిక
journalism (n)పత్రికారచన
journalist .(n)పత్రికారచయిత
journey .(n.)ప్రయాణము
jovial (a)ఉల్లాసముగల
joviality :(n.)ఉల్లాసము
joy :(n.)సంతోషము
joyful .(a.)సంతోషముగల
joyous (a)సంతోషముగల
jubilant (a)ఉల్లాసమైన
jubilation ·(n)సంతోషము
jubilee (n)ఉత్సవము
judge :(n)న్యాయాధిపతి(vt.)తీర్పుచెప్పు
judg(e)ment ·(n)తీర్పు; అభిప్రాయము
judicial ·(a)న్యాయవిచారణసంబంధమైన
judiciary ·(n)ధర్మాసనము
judicious :(a)తెలివిగల
jug (n.)కూజా; జాడి
juggler (n)గారడివాడు
jugglery (n)గారడి
juice (n)రసము; సారము
juicy :(a)సారముగల; రసముగల
jumble .(vt.)కలియగలుపు
jump :(v.i.)దుముకు
junction ·(n.)సంధి; కలయిక
juncture (n.)తరుణము
jungle .(n)అరణ్యము
junior (n.)చిన్నవాడు, క్రిందివాడు
jurisdiction ·(n)అధికారముయొక్క హద్దు
jurisprudence .(n.)ధర్మశాస్త్రము
jurist (n)ధర్మశాస్త్రపండితుడు
jury ·(n)పంచాయతీదారులసభ
just (a)న్యాయమైన; తగిన
justice ·(n)న్యాయము; ధర్మము; నీతి
justifiable .(a.)న్యాయమైన
justification :(n)సమాధానము
justify (vt)సమాధానముచెప్పు
jute ·(n.)జనపనార
juvenile ·(n)పసివాడు; యువకుడు
juvenility .(n)బాల్యము

K

kaleidoscope .(n.)చిత్రదర్శిని
kangaroo (n.)కంగారుమృగము
keel (n)ఓడక్రిందిదూలము
keen (a)వాడియైన; చురుకైన
keenly .(adv)చురుకుగా
keep (vt.)ఉంచు; కాపాడు; జాగ్రత్తచేయు
keeper .(n.)కావలివాడు
keepsake .(n)స్నేహచిహ్నము
keg .(n.)చిన్నపీపా
kennel (n)కుక్కలదొడ్డి
kerchief ·(n.)రుమాలు
kernel .(n.)గుజ్జు; పప్పు; గింజ
kerosene :(n.)కెరోసీన్
kettle :(n.)నీరుకాచుపాత్ర
key .(n.)తాళపుచెవి; జవాబు

kick :(vt.)తన్ను; (v i)తన్నుకొను
kid .(n)మేకపిల్ల
kidnap :(vt.)బలాత్కారముగాఎత్తికొనిపోవు
kidney (n)మూత్రపిండము
kill .(vt)చంపు; పొగొట్టు
kiln :(n.)ఆవము; బట్టీ
kin :(n)బంధువర్గము
kind :(a)దయగల (n.)జాతి; విధము; స్వభావము
kindle (vt)రగులబెట్టు (v.i)రగులుకొను
kindly .(adv)దయగా
kindness .(n)దయ
kindred :(a.)సంబంధముగల
kinetic :(a)గతిగల
king (n.)రాజు
kingdom :(n)రాజ్యము
kingfisher :(n.)లకుముకిపిట్ట
kingly :(a)రాజఠీవిగల
kingship .(n.)రాజత్వము
kinsfolk :(n.)బంధువులు
kinship :(n.)బంధుత్వము
kinsman .(n.)బంధువు
kiss :(vt.)ముద్దుపెట్టుకొను (n)ముద్దు
kit :(n.)సామాను పెట్టె
kitchen :(n.)వంటయిల్లు
kite :(n)గ్రద్ద; గాలిపటము
kith :(n.)చుట్టములు
kitten :(n.)పిల్లికూన
knack :(n)నేర్పు; చమత్కారము
knave :(n.)మోసగాడు
knavery :(n.)వంచన
knee :(n.)మోకాలు
kneel :(vi.)మోకరించు
knell .(n.)మరణఘంటానాదము
knife :(n)కత్తి; చాకు
knight :(n)యోధుడు
knit :(vi.)అల్లు; చేర్చు
knitter (n.)అల్లువాడు
knob :(n.)గుబ్బ
knock .(vt.)కొట్టు
knoll :(vt)వాయించు
knot :(n)ముడి
knotty .(a.)చిక్కైన
know .(vt.)తెలిసికొను
knowable :(a)తెలిసికొనదగిన
knowingly .(adv.)బుద్ధిపూర్వకము
knowledge :(n.)ఎఱుక; జ్ఞానము పరిచయము
known :(a.)ప్రసిద్ధమైన
knuckle :(n.)వ్రేలిగణుపు
Koran .(n.)ఖురాను
krait :(n)కట్లపాము

L

label :(n.)చీటి
laboratory :(n.)ప్రయోగశాల
laborious .(a)శ్రమకరమైన
labour :(n.)శ్రమ; ప్రసవవేదన
labourer :(n.)శ్రామికుడు
lac :(n.)లక్ష; లక్క
lace :(n.)సరిగ; త్రాడు
lacerate :(vt.)గీచు; చీల్చు
lack :(vt& vi.)లేకయుండు
lackey :(n.)బంటు; సేవకుడు

laconic (a)సంగ్రహమైన
lactation (n)చనుబాలిచ్చుట
lacuna (n)సందు; ఎడము
lad (n)బాలుడు
ladder (n)నిచ్చెన
ladle (n)పెద్దగరిటె
lady .(n.)స్త్రీ; దొరసాని
lag :(vi)వెనుకబడు
laggard (n)వెనుకనుండువాడు
lagoon (n)లోతులేనిమడుగు
lair .(n)గుహ
lake (n)సరస్సు
lakh (n)లక్ష
lamb (n)గొఱ్ఱెపిల్ల
lame .(a)కుంటియైన; తృప్తికరము కాని
lament .(vt& vi.)దుఃఖించు
lamentable (a)దుఃఖకరమైన
lamp (n)దీపము
lance :(n)ఈటె
land .(n)నేల; భూమి (vt& vi.)నేలపై దిగు, తీరముచేరు
landholder (n)భూస్వామి
landlady (n)భూస్థితిగల స్త్రీ
landlord (n)భూస్వామి
landmark (n)చాలముఖ్యమైన సంఘటన
lane :(n)సందు
language :(n)భాష
languish .(vi.)కృశించు
languour (n.)బడలిక
lantern (n.)లాంతరు
lap :(n.)ఒడి
lapse (n)తప్పు; గడచిపోవుట
large (a)పెద్ద; గొప్ప
large-hearted (a)ఔదార్యముగల
lark (n.)భరద్వాజపక్షి
larva (n)డింభకము
larynx (n)స్వరపేటిక
lash .(vt)కొరడాతోకొట్టు
lass (n)అమ్మాయి
lassitude (n)బడలిక
last (a.)కడపటి
lasting (a)చాల కాలముఉండెడు
latch (n)గడియ
late .(a)ఆలస్యమైన; మరణించిన
lately :(adv)ఇటీవల
latent (a)గుప్తమైన
lateral (a)పార్శ్వమందలి
latest (a.)మిక్కిలినూతనమైన
latex (n.)చెట్లపాలు
lather (n.)సబ్బునురుగు
latitude (n)అక్షాంశము, స్వేచ్ఛ
latrine (n)మఱుగుదొడ్డి
laud (n)స్తుతించు; పొగడు
laudable .(a.)పొగడదగిన
laugh (vi.)నవ్వు; పరిహసించు
laughable :(a)నవ్వుపుట్టించెడు
laughter (n)నవ్వు
launch :(vt)ప్రారంభించు
luandry (n)చలువచేయుశాల
laureate .(n)ఆస్థానవిద్వాంసుడు
lava (n)అగ్నిపర్వతమునుండిపాఱెడు ద్రవము
lavatory :(n.)స్నానస్థలము; మూత్రశాల

lavish :(a.)మితిమీరిన
law :(n.)చట్టము; న్యాయము; విధి
lawful :(a.)న్యాయమైన; చట్టసమ్మతమైన
lawn :(n.)మైదానము
lawsuit :(n.)వ్యాజ్యెము
lawyer :(n.)న్యాయవాది
lax :(a.)కఠినముకాని
laxative :(n.)భేదిమందు
laxity :(n.)మెత్తదనము
lay :(vt.)పెట్టు; ఉంచు
layer :(n.)పొర; వరుస
laziness :(n.)సోమరితనము
lazy :(a.)సోమరియైన
lead :(n.)సీసము; పెత్తనము (vt.)త్రోవచూపు
leader :నాయకుడు
leading :(a.)ప్రధానమైన
leaf :(n.)ఆకు; కాగితము
league :(n.)సంఘము
leak :(vi.)కారు
leakage :(n.)కారుట
leaky :(a.)కారుచున్న
lean :(a.)సన్నని(vi.)ఒఱుగు; వంగు
leap :(vi.)దుముకు
learn :(vt& vi.)తెలిసికొను; నేర్చుకొను
learned :(a.)పాండిత్యముగల
learning :(n.)పాండిత్యము; విద్య
lease :(vt.)బాడుగకిచ్చు (n.)కౌలు
least :(a.)మిక్కిలిస్వల్పమైన
leather :(n.)బాగుచేసినతోలు
leave :(vt.)విడుచు (n.)సెలవు; అనుజ్ఞ
leavings :(n.)ఎంగిలి; ఉచ్ఛిష్టము
lecture :(n.)ఉపన్యాసము
lecturer :(n.)ఉపన్యాసకుడు
ledger :(n.)ఆవర్జాపుస్తకము
leeward :(a;adv& n.)గాలికిమఱుగునవుండుతట్టు
leech :(n.)జలగ; వైద్యుడు
left :(a.)ఎడమప్రక్కగ
leg :(n.)కాలు
legal :(a.)న్యాయానుసారమైన
legend :(n.)పురాణము; కథ
legible :(a.)స్పష్టమైన
legion :(n.)దండు; పెద్దసంఖ్య
legislate :(vi.)శాసననిర్మాణముచేయు
legislator :(n.)శాసనసభ్యుడు
legislature :(n.)శాసనసభ
legitimate :(a.)న్యాయమైన; ఔరసమైన
leisure :(n.)విరామకాలము
lemon :(n.)నిమ్మపండు
lend :(vt.)అప్పిచ్చు; ఎరవిచ్చు
length :(n.)పొడుగు
lengthen :(vt.)పొడిగించు
lenience :(n.)దయ; కనికరము
lenient :(a.)దయగల
lens :(n.)కటకము
Leo :(n.)సింహరాశి
leopard :(n.)చిఱుతపులి
leper :(n.)కుష్ఠురోగి
leprosy :(n.)కుష్ఠురోగము
less :(a.)తక్కువైన

lessee :(n.)బాడుగకుపుచ్చుకొన్నవాడు
lessen (vt)తగ్గించు (v i)తగ్గు
lesson (n.)పాఠము
lest .(conj)అట్లగునేమోయని
let :(vt)అనుమతించు; అద్దెకిచ్చు
lethargy .(n.)సోమరితనము
letter .(n.)అక్షరము; జాబు
lettered .(a)చదివిన
level '(n.)సమమైనభూమి లేక రేఖ
lever (n.)మీట; మీటకొయ్య
levity .(n)చులుకన; ఆలోచనలేమి
levy .(n.)పన్ను
lexicon '(n)నిఘంటువు
liability .(n.)అప్పు, బాధ్యత
liable .(a.)బాధ్యతగల
liar .(n)అసత్యముచెప్పువాడు
libel :(n)దూషణము
liberal :(a)ఔదార్యముగల
liberality .(n)ఔదార్యము
liberate (v t)స్వేచ్ఛనిచ్చు
liberty :(n) స్వేచ్ఛ
Libra (n)తులారాశి
librarian '(n)గ్రంథాలయాధికారి
library :(n.)గ్రంథాలయము
licence :(n.)అనుమతి
lick :(vt.)నాకు; గతుకు; త్రాగు
lid (n.)మూత
lie '(n)అసత్యము (vi.)అసత్యముచెప్పు
lien .(n)హక్కు
life :(n.)ప్రాణము; నడవడి
lifeless :(a.)ప్రాణములేని
lifelong :(a.)యావజ్జీవముండెడు
lifetime .(n.)జీవితకాలము
lift (vt)పైకివెత్తు; దొంగిలించు
ligament (n)కట్టు, బంధము
light (n)కాంతి (vt.)వెలిగించు
lighten :(n.)భారముతగ్గించు
lighthouse '(n)సముద్రతీరపు దీప స్తంభము
lightly .(adv.)చులుకనగా; తేలికగా
lightning (n)మెఱుపు
like :(p)వలె (a)పోలిన (n)ఇష్టము; సమానాకృతి (vt.)ఇష్టపడు
likelihood '(n)ఒకవేళసాధ్యముగుట
likely (adv)బహుశా
liken (vt)పోల్చు
likeness (n.)పోలిక; రూపము
likewise (conj.)అప్రకారమే
liking '(n)ఇష్టము
limb (n)అవయవము; విభాగము
lime .(n.)నిమ్మపండు; కాల్చినసున్నము
limekiln (n)సున్నపుబట్టీ
limelight :(n.)ప్రసిద్ధి
limestone '(n)సున్నపురాయి
limit .(n.)ఎల్ల; హద్దు
limited :(a.)హద్దుగల
limitless '(a)హద్దులేని
limp .(vi)కుంటు
line .(n.)వరుస; గీత
lineage .(n.)వంశపరంపర
linen '(n.)నారబట్ట
linger :(vi)జాగుచేయు
linguist .(n.)పలుభాషలుతెలిసినవాడు
lining (n.)అస్తరు
link:(n.)గొలుసులోని ఒక ఖండము; సంబంధము

linseed (n)అవిసె విత్తనము

lion (n.)సింహము

lioness .(n)ఆడు సింహము

lip :(n.)పెదవి

liquefy (vt.)కరగించు

liquid .(n)ద్రవము

liquidate :(vt.)మూసివేయు; తీర్చి వేయు

liquor (n.)సారాయి

list (n.)జాబితా (vt)జాబితాలో ఎక్కించు

listen (vi.)శ్రద్ధతో విను

listless :(a)శ్రద్ధలేని

literal (a)మాటకు మాట సరిగా నున్న

literally .(adv.)శబ్దార్థ ప్రకారము

literary .(a.)విద్యాసంబంధమైన

literate :(a.)చదివిన (n)చదివిన వాడు

literature (n)సాహిత్యము

litigant (n.)వ్యాజ్యెగాడు

litigate (vt& vi.)వ్యాజ్యెమాడు

litigation (n)వ్యాజ్యెము; వివాదము

litre (n.)లీటరు

litter :(n.)డోలి; పల్లకి

little (a)స్వల్పమైన; చిన్న

live (vi.)జీవించు; నివసించు

livelihood :(n.)జీవనోపాయము

liveliness .(n.)చురుకుదనము

lively :(a.)చురుకైన

liver .(n)కాలేయము

livestock (n)పశువులు

living :(n.)జీవనము (a.)ప్రాణముతో నున్న

lizard (n)బల్లి

load .(n.)బరువు; సరకు (v.t.)బరువు వేయు

loaf (n.)రొట్టెముక్క

loafer (n)సోమరి

loan :(n)అప్పు; ఋణము (vt.)ఋణ మిచ్చు

loathe .(v.t.)అసహ్యపడు

loathsome (a.)అసహ్యకరమైన

lobby (n)నడవ

lobe :(n.)భాగము; తమ్మె

local .(a.)స్థానికమైన

locality (n)స్థలము

locally .(adv.)స్థానికముగా

locate .(vt.)పెట్టు; ఉంచు

lock (n.)తాళము; వెండ్రుకల కుచ్చు (v t)తాళము వేయు

locker :(n.)సొరుగు

locket (n.)పతకము

lock-up .(n)చెఱసాల

locomotion :(n.)గమనము

locomotive :(n)గమనశక్తి గల యంత్రము

locust :(n)మిడుత

lodge :(n.)బస; విడిది; ఇల్లు (v t.)బస ఇచ్చు; ఉంచు; దాఖలు చేయు

lodging :(n.)బస; విడిది

loft (n.)అటుక

lofty .(a)ఎత్తైన; గంభీరమైన

log .(n.)మొద్దు; దుంగ

logarithm (n)సంవర్గమానము
loggerhead (n)జడుడు
logic (n)తర్క-శాస్త్రము
logical (a)న్యాయమైన
loin (n)నడుము
loiter .(v i)జాగు చేయు; సోమరిగ తిరుగు
loneliness (n)ఒంటరితనము
lonely (adv.)ఒంటరిగానున్న
long .(a)పొడుగాటి(v i) కోరు
longevity (n)ఆయుస్సు; దీర్ఘాయుపు
longing (n)ఆశ, కోరిక
longitude (n)రేఖాంశము
long-sighted .(a)చత్వారము గల; దూరాలోచన గల
long-suffering (n)ఓర్పు
look (v t)చూచు (n.)చూపు; రూపు, దృశ్యము
loom (n)నేతమగ్గము
loop (n)ఉచ్చు; ఉచ్చుదారము
loophole (n)రంధ్రము, తప్పించుకొను సాధనము
loose :(a)వదులైన
loosen (v t)వదులు చేయు
loot (v t & v i)కొల్లగొట్టు; దోచుకొను
lop (v.t)నఱుకు; తెగగొట్టు
lord (n)ప్రభువు; భగవానుడు
lordship (n)అధికారము
lore (n.)విద్య; జ్ఞానము
lorn (a)దిక్కుమాలిన
lorry (n.)లారీ
lose (v.t & v.i.)పోగొట్టుకొను; ఓడు
loss .(n.)నష్టము
lost (a)పోయిన; ఓడించిన
lot (n)అదృష్టము; భాగము; ఒక మొత్తము
lotion .(n)మందునీళ్లు
lottery (n.)లాటరి
lotus (n)తామరపువ్వు
loud (a.)గట్టి; బిగ్గరమైన
loudly (adv)గట్టిగా
loud-speaker (n)ధ్వనిశ్రవణ యంత్రము
lounge (n.)విశ్రాంతి తీసికొను గది
louse (n.)పేను
lout (n)మొద్దు; మోటువాడు
lovable (a)ప్రేమింపదగిన
love (n)ప్రేమ; దయ, ఇష్టము (v t)ప్రేమించు
love-letter .(n.)ప్రేమలేఖ
loveliness (n)లావణ్యము
lovelock (n)జునపము
lovely (a)మనోహరమైన
lover .(n.)ప్రియుడు; అభిమాని
lovesick :(a.)విరహతాపము గల
loving .(a)ప్రేమ గల
lovingly (adv)ప్రేమగా
low (a.)పల్లమైన; తక్కువ; మెల్లని
lower (v.t)తగ్గించు, క్రిందకు దించు
lowing .(n)పశువుల అఱుపు
lowland .(n)పల్లపుభూమి
lowliness :(n)వినయవిధేయతలు
lowly (a)వినయ విధేయతలు కల
loyal (a)విశ్వాసము గల; రాజభక్తి గల
loyalty (n.)రాజభక్తి; విశ్వాసము
lubber .(n.)మోటువాడు

lubricant :(n.)కందెన
lubricate :(v.t.)కందెన వేయు
lucid :(a.)తేటయైన
lucidity :(n.)తేటదనము
lucifer :(n.)వెగుచుక్క; అగ్గిపుల్ల; సైతాను
luck :(n.)అదృష్టము
luckily :(adv.)అదృష్ట వశమున
luckless :(a.)అదృష్టము లేని
lucky :(a.)అదృష్టము గల
lucrative :(a.)లాభకరమైన
ludicrous :(a.)నవ్వు పుట్టించెడు
ludification :(n.)పరిహాసము
luggage :(n.)ప్రయాణపు సామానులు; మూట
lukewarm :(a.)గోరువెచ్చని
lull :(v.t.)జోకొట్టు; అణచు
lullaby :(n.)జోలపాట; లాలిపాట
lumbago :(n.)నడుము నొప్పి
luminous :(a.)ప్రకాశవంతమైన
lump :(n.)ముద్ద; గడ్డ
lunacy :(n.)పిచ్చి; వెఱ్ఱి
lunar :(a.)చంద్రుని సంబంధమైన
lunatic :(n.)పిచ్చివాడు; వెఱ్ఱివాడు
lunch :(n.)అల్పాహారము
lung :(n.)ఊపిరితిత్తి
lurch :(v.i.)నక్కు; పొంచియుండు
lurcher :(n.)పొంచియుండు దొంగ
lure :(v.i.)ఆశచూపి వంచించు
lurk :(v.i.)నక్కు; పొంచియుండు
luscious :(a.)తియ్యని
lust :(n.)కామము; అత్యాశ
lustful :(a.)కామాతురము గల
lustre :(n.)వెలుగు; కాంతి
lustrous :(a.)ప్రకాశమానమైన
lusty :(a.)బలిసిన
lute :(n.)వీణ
lutist :(n.)వైణికుడు
luxuriant :(a.)విస్తారమైన
luxurious :(a.)భోగియైన; భోగ్యమైన
luxuriously :(adv.)సుఖముగా
luxury :(n.)సుఖము; విశేషభోగము
lymph :(n.)శోష రసము; కణజాలపు ద్రవము
lymphatic :(a.)శోష రస సం.
lyre :(n.)ఒక సంగీత సాధనము
lyric :(n.)ఒక విధమైన పద్య కావ్యము

M

mace :(n.)వేత్రము; వేత్రహస్తుడు
machinate :(v.t.)తంత్రము పన్ను
machination :(n.)తంత్రము
machine :(n.)యంత్రము
machinery :(n.)యంత్ర సముదాయము
machinist :(n.)యంత్రకారుడు
macrobiote :(n.)దీర్ఘాయుష్మంతుడు
macrobiotic :(a.)దీర్ఘాయువు గల
macrocosm :(n.)అఖిల ప్రపంచము
macula :(n.)మచ్చ
mad :(a.)పిచ్చి పట్టిన
madam :(n.)యజమానురాలు
madcap :(n.)వెఱ్ఱివాడు
madden :(v.t.)వెఱ్ఱి ఎత్తించు
madman :(n.)పిచ్చివాడు
madness :(n.)పిచ్చితనము

magazine .(n)గిడ్డంగి; సంచిక
magic (n.)ఇంద్రజాలము
magician .(n.)ఐంద్రజాలికుడు; మాంత్రికుడు
magistrate .(n.)న్యాయాధిపతి
magnanimity (n.)ఔదార్యము
magnanimous .(a)ఔదార్యము గల
magnate .(a.)గొప్పవాడు
magnet (n)అయస్కాంతము
magnetism (n.)ఆకర్షణశక్తి
magnificence .(n)ఘనత
magnificent .(a)ఘనమైన
magnify .(v.t)పెద్దదిగా చేయు
magnitude .(n.)పరిమాణము
mahout .(n)మావటివాడు
maid (n)కన్య
maiden :(a)కన్యమైన; క్రొత్త; మొదటి (n)కన్య
maid-servant .(n)పరిచారిక
mail (n)కవచము; తపాలా
maim .(v t)కుంటిచేయు
maimed :(a)వికలాంగుడైన
main .(a)ప్రధానమైన
mainland (n.)ముఖ్యభూమి
mainly .(adv)ముఖ్యముగా
maintain .(v.t)పోషించు
maintenance:(n.)మనువృత్తి; పోషణ
maize (n.)మొక్కజొన్న
majesty .(n.)ఘనత
major :(a.)పెద్ద
majority :(n)అధిక సంఖ్య
make .(v t.)చేయు
making :(n.)చేత
malady .(n.)వ్యాధి
malaria .(n)చలిజ్వరము
male .(a)మగ (n.)మగవాడు
malevolent .(a)ద్వేషము గల
malice (n)అసూయ; ద్వేషము
malicious :(a)ద్వేషము గల
malign (a.)హానికరమైన (v t.)అపకీర్తి కలుగజేయు
malignant (a.)అపకార బుద్ధి గల
malleable .(a)కొట్టుట వలన సాగునట్టి
mallet (n.)కొయ్య సుత్తి
malpractice .(n.)చెడ్డ ప్రవర్తన
maltreat :(v t.)హింసించు
mammal (n)క్షీరదము
mammon (n)ధన దేవత
mammoth .(a)బ్రహ్మాండమైన
man .(n)నరుడు; పురుషుడు; భర్త
manage (v t.)నిర్వహించు
management .(n)నిర్వాహకము
manager .(n)కార్యనిర్వాహకుడు
mandate :(n.)ఆజ్ఞ
mane (n.)జూలు
man-eater (n.)మనుజులను తిను పులి
manger :(n)పశువుల మేత వేయు తొట్టి
mango (n)మామిడి పండు
manhandle .(v.t.)మొరటుగా చూచు
mania :(n.)మితిమీరిన ఆశ
manifest:(a.)తేటమైన(v.t)విశదపఱచు
manifesto .(n)ప్రకటన
manifold :(a)పలురకములైన

manipulate :(v.t.) చక్కజేయు
mankind :(n) మానవజాతి
manly .(a.) శౌర్యము గల
manner :(n.) రీతి; తీరు
mannesrism ·(n.) ఛాందసపు అభ్యాసము
manoeuvre :(v.t. & v.i.) వ్యూహము పన్ను
man-of-war ·(n.) యుద్ధనావ
mansion :(n.) భవనము
manslaughter :(n.) నరహత్య
mantle .(v.t.) మూయు, కప్పు
manual (a.) చేతితో చేయబడిన
manufacture .(n) ఉత్పత్తి (v.t.) ఉత్పత్తిచేయు
manure ·(n.) ఎరువు
manuscript ·(n.) వ్రాత ప్రతి
many :(a.) చాల
manysided (a.) బహుముఖమైన
map :(n.) పటము
mar :(v.i.) చెఱచు
maraud :(v.t) కొల్లగొట్టు
marder :(n.) కొల్లగొట్టువాడు
marble :(n.) చలువరాయి
march :(v.i.) పోవు
mare :(n.) ఆడ గుఱ్ఱము
margin .(n.) అంచు
marginal (a)ఉపాంత
marigold :(n) బంతిపువ్వు
marine :(a.) సముద్రపు
marnier :(n.) నావికుడు
mortial .(a.) వినాశ సం.
mark :(n) గుర్తు; ముద్ర; మచ్చ
market (n) సంత, బజారు
marksman ·(n) గుఱిపెట్టి కాల్చు-వాడు
marriage .(n) పెండ్లి
married :(a) వివాహమైన
marrow :(n.) మూలగ
marry :(v.t.) పెండ్లియాడు, పెండ్లి చేయు
mars .(n.) అంగారకుడు
marsh :(n.) చిత్తడినేల; చవిటినేల
marshal :(n)సేనాధిపతి
marshy :(a.) చితచితలాడెడు
mart :(n.) అంగడి
martial .(a.)యుద్ధ సం.
martyr :(n.) త్యాగి; అమరవీరుడు
marvel .(n.) అద్భుతము (v.i.) ఆశ్చర్యపడు
marvellous .(a) అద్భుతమైన
masculines :(a.) పురుష సం.
mask :(n.) ముసుగు
mason :(n.) తాపీ పనివాడు
masonry :(n.) తాపీ పని
mass .(n.) ముద్ద; రాశి; ప్రార్థన; పామరజనులు
massacre :(n.) జనసంహారము
massage :(v.t.) ఒడలు పట్టు
massive :(n) బ్రహ్మాండమైన
mast :(n.)ఓడ స్తంభము
mastesr .(n.) యజమానుడు; ఉపాధ్యాయుడు; పండితుడు
mastesrly :(a)సామర్థ్యము గల
mastery ·(n) ప్రావీణ్యము

mastiff (n.)కావలికాచు పెద్ద కుక్క
mat :(n.)చాప
match (n.)సమానుడు; అగ్గిపుల్ల; పెండ్లి
matchless :(a.)నిరుపమమైన
mate :(n.)చెలికాడు
material .(n.)ప్రధాన పదార్థము
materialism (n.)భౌతికవాదము
materialize :(v.i.)రూపొందు
maternal (a.)తల్లి సం.
maternity (n.)మాతృత్వము
mathematics :(n.)గణితశాస్త్రము
matinee (n.)పగటిఆట
matricide (n.)మాతృహత్య
matriculation :(n.)ప్రవేశ పరీక్ష
matrimony :(n.)వివాహము
matrix :(n.)గర్భాశయము; మాతృక
matron .(n.)ఇల్లాలు
matter :(n.)పదార్థము; కారణము
mature :(a.)పండిన
maturity :(n.)యుక్తవయస్సు
maul (v.t.)బాదు
maund :(n.)మణుగు
mausoleum :(n.)గొప్పగోరీ
maxim :(n.)లోకోక్తి; సామెత
maximum :(n.)మొత్తము; అత్యధికము
May .(n.)మే
may :(v.)వచ్చును
mayor :(n.)నగరాధ్యక్షుడు
maze .(n.)చాల తిరుగుళ్లు గల ప్రదేశము
me :(pro.)నన్ను; నాకు

meadow :(n.)పచ్చిక బయలు
meagre :(a.)అల్పమైన
meal (n.)భోజనము; పిండి
mean (a.)నీచమైన
meaning .(n.)అర్థము
means :(n.)రాబడి; సాధనము
measure (n.)కొలత
measurement (n.)కొలత
meat :(n.)ఆహారము; మాంసము
mechanic (n.)యంత్రపు పనిలో నేర్పుగలవాడు
mechanically:(adv.)అనాలోచితముగా
medal :(n.)పతకము
meddle :(v.i.)జోక్యము కలిగించుకొను
mediate :(v.i.)సమాధానము చేయు
mediator .(n.)మధ్యవర్తి
medicine :(n.)మందు
mediocre (n.)సామాన్యమైన
meditation :(n.)ధ్యానము
medium .(n.)మధ్యమము; సాధనము
meed :(n.)బహుమానము
meek .(a.)సాత్వికమైన
meet :(v.t.)కలియు
melancholy (n.)వ్యాకులము
mellow (a.)మెత్తని
melodious .(a.)చెవికింపైన
melody .(n.)మధురస్వరము
melt :(v.t.)కరగించు; కరగు
member :(n.)సభ్యుడు
membrane :(n.)పొర
memoir :(n.)చరిత్ర
memorable :(a.)ప్రసిద్ధమైన

memorandum (n) వినతిపత్రము
memorize (v t) కంఠస్థము చేయు
memory (n) జ్ఞాపకము
menace (n) బెదరింపు
mend (v t) సరిచేయు
mendicant (n) పరివ్రాజకుడు
menial (n) పరిచారకుడు
menses (n) ముట్టు
mensuration (n) క్షేత్ర గణితము
mentality (n) మనస్తత్త్వము
mention (v t) పేర్కొను
mentor (n) ఉపదేశకుడు
mercantile (a) వర్తక సం.
mercenary (a) కూలికి పని చేసెడు
merchandise (n) వర్తకపు సరకు
merchant (n.) వర్తకుడు
merciful (a) కరుణ గల
mercury (n) పాదరసము
Mercury (n) బుధుడు
mercy (n) కరుణ
mere (a) కేవలము
merge (v t) చేర్చు
merit (n) యోగ్యత
meritorious (a) యోగ్యత గల
mermaid (n) సముద్ర కన్య
merriment (n) ఉల్లాసము
merry (a) ఉల్లాసము గల
merry-go-round (n) రంగులరాట్నము
mesmerism (n) వశీకరణ విద్య
mess (n) భోజన వసతి; గందరగోళము
message (n.) వార్త;
messenger (n) వార్తావహుడు
metal (n) లోహము
metamorphosis (n) రూప విక్రియ
metaphor (n) రూపకాలంకారము
meteor (n) ఉల్క
meter (n) కొలుచు పరికరము
method (n.) పద్ధతి
metre (n) మీటరు
metropolis (n.) ప్రధాన నగరము
mettle (n) సత్తువ; సరకు
mica (n) అభ్రకము
microbe (n) సూక్ష్మజీవి
microphone (n) శబ్ద విస్తరణ యంత్రము
microscope (n) సూక్ష్మదర్శిని
midday (n) మధ్యాహ్నము
middle (a) నడిమి
middleman (n) మధ్యస్థుడు
midnight (n) అర్ధరాత్రి
midst (adv) నడుమను
midway (n) మార్గమధ్యము
midwife (n) మంత్రసాని
mien (n.) ఆకారము
might (n) శక్తి
mighty (a.) శక్తి గల
migrate (v.i) పరదేశమునకు పోవు
migratory (a) సంచరించెడు
milch (a) పాలుఇచ్చెడు
mild (a) శాంతమైన
mildew (n.) బూజు
mile (n) మైలు
milestone (n) మైలురాయి
military (a.) యుద్ధ సం. (n) సేన
milk (n) పాలు (v t) పాలు పితుకు
milky (a) పాలవంటి

mill :(n.)కర్మాగారము
millennium (n.)సహస్ర వత్సరములు
millepede (n.)రోకటి బండ
miller :(n.)యంత్రాధికారి
millet :(n.)జొన్న
million (n.)పదిలక్షలు
millionaire .(n.)గొప్ప ధనవంతుడు
millstone (n.)తిరుగలి
mimicry (n.)వెక్కిరింపు; హాస్యము
minar :(n.)గోపురము
mind .(n.)మనస్సు; బుద్ధి (v.t.)శ్రద్ధవహించు
mindful :(a.)జాగరూకతగల
mine :(n.)గని, ప్రేలుమందు (pro.)నాది
mineral .(n.)ఖనిజము
mingle (vt& vi.)కలుపు
miniature (n.)చిన్నరూపము
minimize .(vt.)తగ్గించు
minimum .(n& a.)కనీసము
minister :(n.)మంత్రి; మతగురువు
ministry .(n.)మంత్రిశాఖ
minor :(a.)అల్పమైన; ముఖ్యముకాని (n.)యుక్తవయస్కుడుకానివాడు
minority .(n.)అల్పసంఖ్యాకులు, యుక్తవయస్సురాకుండుట
mint .(n.)టంకశాల
minus :(p.)మినహా; తక్కువ
minute :(n.)నిమిషము(a.)మిక్కిలిచిన్నదైన
miracle :(n.)అద్భుతము
miraculous :(a.)అద్భుతమైన
mirage :(n.)ఎండమావి; మృగతృష్ణ
mire :(n.)బురద
mirror (n.)అద్దము
mirth :(n.)సంతోషము
misadventure .(n.)ఆపద
misanthrope (n.)మానవద్వేషి
misapprehension (n.)పొరపాటు
misappropriate .(vt.)అక్రమముగా ఉపయోగించు
misbehave (vi.)అక్రమముగాప్రవర్తించు
miscalculation :(n.)తప్పుడులెక్క
miscarriage .(n.)అకాలప్రసవము
miscellaneous :(a.)నానావిధమైన
mischief (n.)కుచేష్ట; కీడు
mischievous .(a.)తుంటరియైన
misconception (n.)అపార్థము
misconduct (n.)చెడ్డనడత
miconstruct .(vt.)అపార్థముచేయు
miscreant (n.)దుర్మార్గుడు
misdeed (n.)దుష్కృత్యము
misdirection :(n.)తప్పుత్రోవచూపుట
miser :(n.)లోభి
miserable :(a.)దుఃఖకరమైన; నీచమైన
misery (n.)దౌర్భాగ్యము
misfortune (n.)దురదృష్టము
misgiving :(n.)అనుమానము
misguide .(vt.)తప్పుదారినినడపు
mishap :(n.)దురదృష్టము
misinform .(vt.)తప్పుసమాచారముచెప్పు
misinterpret :(vt.)అపార్థముచేసిచెప్పు
mislead :(vt.)తప్పుదారిలోపెట్టు
mismanage (vt.)చెడగొట్టు
misnomer :(n.)తప్పుపేరు
misplace :(vt.)తప్పుస్థలములోపెట్టు

misprint (n.)అచ్చుతప్పు
mipronounce :(vt)తప్పుగాఉచ్చరించు
misquote ·(vt)తప్పుగాఉదాహరించు
misreport (vt.)తప్పుగాతెలియజేయు
misrepresent .(vt)తప్పుగాతెలియజేయు
misrule .(n)అక్రమపరిపాలన
miss (n)నష్టము; పెండ్లికానిస్త్రీ (vt.)పొందలేకపోవు
misshape .(vt)కురూపమిచ్చు
missile (n.)విసరదగిన ఆయుధము; క్షిపణి
mission .(n)ఉద్దేశ్యము; పని; రాయబారము
misspend (vt)దుర్వ్యయముచేయు
misstate (vt.)తప్పుగాచెప్పు
misstep ·(n.)తప్పుఅడుగు
mist (n)పొగమంచు
mistake (n)తప్పు; పొరపాటు (vt)తప్పుగాగ్రహించు (vi)పొరపాటు పడు
mistaken (a.)పొరపాటుపడిన
mistily ·(adv.)అస్పష్టముగా
mistress (n.)యజమానురాలు; ఉపాధ్యాయ
mistrust (vt)నమ్మకపోవు
misunderstand .(vt)అపార్థముచేసికొను
misuse ·(vt.)దుర్వినియోగముచేయు
mite :(n)రవంత; లేశము
mitigate .(vt)ఉపశమింపజేయు
mitigation (n)ఉపశమనము
mix ·(vt)కలుపు
mixed (a)మిశ్రితమైన
mixture (n)మిశ్రమము
moan ·(vt.)దుఃఖించు (n)మూలుగు
moat ·(n)అగడ్త
mob ·(n)గుంపు
mobile :(a.)సులభముగాకదలెడు
mobility :(n.)చలనశక్తి
mock .(vt & vi)పరిహాసముచేయు
mockery ·(n.)ఎగతాళి
mode (n)విధము
model (n.)మాదిరి
moderate ·(a.)మితమైన
moderately :(adv.)మితముగా
modern ·(a.)నవీనమైన
modest ·(a)నమ్రతగల
modesty ·(n.)నమ్రత; లజ్జ
modification (n)మార్పు
modify .(vt)మార్చు
modulation .(n.)స్వరభేదము
module (n)మాదిరి
modus (n)పద్ధతి
mofussil .(a.)గ్రామీయమైన
moist :(a)చెమ్మగానున్న
moisten :(vt)తడుపు
moisture :(n.)చెమ్మ; తేమ
molasses ·(n.)పంచదారతయారుకాగా మిగిలిన మాతృద్రావణము
mole .(n.)పుట్టుమచ్చ
molecule :(n)అణువు
molest ·(vt.)పేధించు
molestation ·(n)వేధింపు; ఉపద్రవము
mollify :(vt)శాంతపఱచు
molten .(a)కరగించిన

moment (n)క్షణము
momentary (a)క్షణికమైన
momentous (a)అతిముఖ్యమైన
monarch (n)చక్రవర్తి
monarchy (n.)రాజరికము
monastery (n)మఠము
Monday (n)సోమవారము
monetary (a)ద్రవ్యసం.
money (n)ద్రవ్యము
moneyed (a)ధనముగల
moneyless (a)బీద
monger (n)వర్తకుడు
mongoose (n)ముంగిస
monition (n.)హెచ్చరిక
monitor (n)తరగతినాయకుడు
monk (n)సన్యాసి
monkey (n.)కోతి
monopolist (n)గుత్తదారుడు
monopolize (vt)గుత్తగొను
monopoly (n.)గుత్త
monotonous (a)విసుగుపుట్టించెడు
monotony (n.)ఏకరీతి; విసుగుపుట్టించెడుస్థితి
monsoon (n.)ఋతుపవనము
monster (n)విపరీతాకారముకలది; రాక్షసి
monstrous (a.)వికృతాకారముగల; భయంకరమైన
month (n.)నెల
monthly (n.)మాసపత్రిక
monument (n.)జ్ఞాపకచిహ్నము
monumental (a.)ముఖ్యమైన; శాశ్వతమైన
mood (n)తీరు; మనస్థితి
moon (n)చంద్రుడు
moonlight (n)వెన్నెల
moonrise (n)చంద్రోదయము
moonshine (n)వెన్నెల
moonstone (n)చంద్రకాంతశిల
moor (n)బీడు
moot (vt)వాదించు
moral (n)నీతి
morale (n)మనోదార్ఢ్యము
morality (n)నీతి
moralize (vi.)నీతులుచెప్పు
morals (n)నీతి; నీతిశాస్త్రము
morbid (a.)వ్యాధిగ్రస్తమైన
morbidity (n)వ్యాధి
moreover (adv)మఱియును
morn (n.)ప్రాతఃకాలము
morning (n.)ఉదయము
morning star (n)వేగుచుక్క
morose (a)చిన్నబోయిన
morrow (n)రేపు
morsel (n.)కబళము
mortal (a.)చనిపోవునట్టి
mortality (n)చావు
mortar (n)రోలు
mortgage (n.)తాకట్టు
mortification (n.)అవమానము
mortify (vt.)అవమానపఱచు
mortuary (n)శ్మశానము
mosque (n.)మసీదు
mosquito (n)దోమ
moss (n)నాచు; పాచి
moth (n.)చిమ్మటపురుగు

mother :(n.)తల్లి
mother-in-law :(n.)అత్త
mother-land :(n.)మాతృభూమి
motherless :(a.)తల్లిలేని
motherliness :(n.)మాతృభావము
motherly (a.)తల్లివంటి
mother-tongue (n.)మాతృభాష
motion .(n.)చలనము; విరేచనము
motive .(n.)ఉద్దేశ్యము
motley (a.)నానావర్ణములుగల
motor :(n.)మోటారుబండి; చలింపజేయునది
motto :(n.)లక్ష్యము; దీక్షావాక్యము
mould :(n.)పోత; అచ్చు
mount (n.)కొండ (vt.)ఎక్కు
mountain .(n.)పర్వతము
mountaineer :(n.) పర్వతవాసి
mourn .(v.t.)దుఃఖించు
mourning :(n.)దుఃఖము
mouse :(n.)చిట్టెలుక; చుంచు
mousetrap (n.)ఎలుకబోను
moustache :(n.)మీసము
mouth (n.)నోరు
mouthful (n.)కబళము
move :(vt.)కదలించు (vi.)కదలు (n.)కదలిక; యుక్తి
movement :(n.)ఉద్యమము; గమనము
moving :(a.)జాలిపుట్టించెడు
mow . (vt.) కొడవలితోకోయు
much (a)అధికమైన (adv.)అధికముగా (n.)అధికము
muck-worm :(n.)పేడపురుగు

mucous .(a.)బంకగానుండెడు
mucus :(n.)చీమిడి
mud :(n.)బురద
muddle :(n.)కలవరము
muff (n.)బుద్ధిహీనుడు
muffle (vt.)ముసుగువేయు
mug :(n.)పానపాత్ర
muggy :(a.)ఉక్కగానున్న
mulct :(n.)అపరాధము; జూల్మానా
mule (n.)కంచరగాడిద
mulish :(a.)మూర్ఖుడైన
multicoloured :(a.)అనేకవర్ణములుగల
multiped :(n.)బహుపాదజంతువు
multiple (n.)గుణిజము (a.)అనేకరెట్లైన
multiplication (n.)గుణకారము
multiplicity (n.)బహుత్వము
multiplier :(n.)గుణకము
multiply :(vt.)గుణించు; హెచ్చించు
multitude (n.)బాహుళ్యము
mum :(a.)మాట్లాడకున్న
mumble :(vt& vi.)గొణుగు
mumps (n.)గవదబిళ్ళలు
mundane .(a.)లౌకికసంబంధమైన
mungoose :(n.)ముంగిస
municipality :(n.)పురపాలకసంఘము
munificence :(n.)ఔదార్యము
munificent :(a.)ఔదార్యముగల
mural (a.)గోడ సం.
murder :(n.)హత్య
murderer :(n.)హంతకుడు
murky :(a.)చీకటిగానున్న
murmur .(vi.)గొణుగు; సణుగు

muscle :(n.)కండరము
muse :(n.)లోతైన ఆలోచన
museum :(n.)అపూర్వవస్తుప్రదర్శనశాల
mushroom :(n.)కుక్కగొడుగు
music :(n.)సంగీతము
musical :(a.)శ్రావ్యమైన
musician :(n.)సంగీతవిద్వాంసుడు
musk :(n.)కస్తూరి
musket :(n.)చేతితుపాకి
muslin :(n.)సన్ననిబట్ట
mustard :(n.)ఆవాలచెట్టు
muster :(vi.)కూడు
musty :(a.)పులిసిపోయిన
mutation :(n.)ఉత్పరివర్తనము
mute :(a.)మూగ
mutilate :(vt.)వికలాంగునిగాచేయు
mutineer :(n.)తిరుగబడినబంటు
mutiny :(n.)తిరుగుబాటు
mutter :(vt & vi.)గొణుగు; సణుగు
mutton :(n.)గొర్రెమాంసము
mutual :(a.)అన్యోన్యమైన
mutually :(adv.)పరస్పరముగా
muzzle :(vt.)నోరుకట్టు
my :(a & pro.)నాయొక్క
myopia :(n.)హ్రస్వదృష్టి
myriad :(n.)అనేకము
mysterious :(a.)గూఢమైన
mysteriously :(adv.)గూఢముగా
mystery :(n.)పరమరహస్యము; మర్మము
mystic :(a.)అంతరార్థముగల
mysticism :(n.)గూఢత్వము
mystify :(vt.)మాయచేయు; భ్రమింపచేయు
myth :(n.)పురాణము; కట్టుకథ
mythical :(a.)పురాణసం.
mythological :(a.)పురాణ సం.
mythology :(n.)పురాణములు

N

nabob :(n.)నవాబు
nag :(vt & vi.)విడువకుండతప్పుపట్టు
nail :(n.)గోరు; మేకు (vt.)మేకుకొట్టు; బిగించు
naive :(a.)స్వాభావికమైన
naked :(a.)దిగంబరమైన
nakedness :(n.)దిగంబరత్వము
name :(n.)పేరు; ప్రఖ్యాతి (vt.)పేరుపెట్టు
named :(a.)పేరుగల
nameless :(a.)పేరులేని
namely :(adv.)అనగా
nap :(n.)స్వల్పనిద్ర
nape :(n.)మూపు
napkin :(n.)తువాలు
narrate :(vt.)చెప్పు; వివరించు
narration :(n.)చెప్పుట; చరిత్ర
narrative :(n.)చరిత్ర
narrator :(n.)కథకుడు
narrow :(a.)ఇరుకైన; సంకుచితమైన
narrowly :(adv.)కొంచెములో
narrow-minded :(a.)అల్పబుద్ధిగల
nasal :(a.)ముక్కుసం.
nascent :(a.)ఆరంభించుచున్న
nastily :(adv.)అసహ్యముగా
nasty :(a.)అసహ్యమైన
natal :(a.)జన్మసం.
nation :(n.)జాతి; దేశప్రజలు

national :(a.)జాతీయమైన (n.)జాతీయుడు

nationalism .(n.)జాతీయత; దేశభక్తి

nationality .(n.)జాతి; జాతీయత

nationalize :(vt.)జాతీయముచేయు

native (n.)స్వదేశీయుడు (a.)సహజమైన

nativity :(n.)జన్మము

natural :(a.)సహజమైన

naturally :(adv.)సహజముగా

nature (n.)ప్రకృతి; స్వభావము

naught .(n.)సున్న

naughty :(a.)చెడ్డస్వభావముగల

nausea .(n.)డోకు

nauseate (vi.)డోకువచ్చునట్లుండు

nautical (a.)నావిక సం.

naval (a.) ఓడల సం

navel (n.)బొడ్డు; నాభి

navigate .(vi.)సముద్రయానముచేయు

navigation :(n.)సముద్రయానము

navigator .(n.)నావికుడు

navy .(n.)నౌకాదళము(adv.)లేదు; కాదు

near . (a.)దగ్గఱనున్న (adv.)దగ్గఱగా (p.)దగ్గఱ (vt. & vi.)దగ్గఱకుపోవు

nearly :(adv.)దగ్గఱగా; దాదాపు

nearness (n.)సామీప్యము

neat .(a.)శుభ్రమైన

neatly (adv.)శుభ్రముగా

neatness :(n.)పరిశుభ్రత

nebula .(n.)సన్నమబ్బు

nebulous :(a.)అస్పష్టమైన

necessarily :(adv.)ఆవశ్యకముగా

necessary (a.)ఆవశ్యకమగు (n.)ఆవశ్యకమగువస్తువు

necessitous :(a.)ఇబ్బందికరమైన

necessity .(n.)ఆవశ్యకము; అక్కఱ

neck :(n.)మెడ; కంఠము

necklace .(n.)హారము

nectar :(n.)అమృతము; మకరందము

need :(n.)అక్కఱ; లోపము; పేదఱికము (vt.)కావలసియుండు

needful .(a.)ఆవశ్యకమైన

needle :(n.)సూది

needless :(a.)అక్కఱలేని

needs :(n.)ఆవశ్యకములు

needy (a.)పేదయైన

neem :(n.)వేప

nefarious .(a.)మిక్కిలిదుష్టమైన

negation .(n.)కాదనుట

negative (a.)కాదనెడు

neglect :(vt.)అలక్ష్యముచేయు (n.)అశ్రద్ధ

negligence .(n.)ఉపేక్ష

negligent .(a.)ఉపేక్షించెడు

negligible (a.)అల్పమైన

negotiate :(vt. & vi.)సంధానముచేయు

negotiation :(n.)సంధానము

neigh :(vi.)సకిలించు

neighbour (n.)పొరుగువాడు

neighbourhood :(n.)ఇరుగుపొరుగు

neighbouring :(a.)దగ్గఱి

neighbourly :(a.)అనుకూలమైన

neither :(conj.)అదియుకాదుఇదియుకాదు

nephew : (n.) సోదరుని లేక సోదరి కుమారుడు
Neptune : (n.) వరుణుడు
nepotism : (n.) బంధువులయెడపక్ష పాతము
nerve : (n.) నరము; ధైర్యము
nervous : (a.) నరముల సంబంధమైన; పిఱికియైన
nervousness : (n.) పిఱికితనము
nest : (n.) పక్షిగూడు
net : (n.) వల
nether : (a.) క్రింది
neuralgia : (n.) నాడీవ్యాధి
neuter : (a.) నపుంసకలింగమైన
neutral : (a.) తటస్థముగానున్న
neutrality : (n.) తాటస్థ్యము
never : (adv.) ఎప్పుడునులేదు
nevertheless : (adv.) అయినప్పటికిని
new : (a.) క్రొత్త
newly : (adv.) క్రొత్తగా
news : (n.) సమాచారము
newspaper : (n.) వార్తాపత్రిక
news-vendor : (n.) వార్తాపత్రికల మ్మువాడు
next : (a.) దగ్గఱి; పొరుగు
nib : (n.) పాళీ
nibble : (vt.) కొంచెము కొంచెముగా కొఱుకు
nice : (a.) సొగసైన
nicety : (n.) సొగసు
nickname : (n.) ఎగతాళిపేరు
niece : (n.) సోదరుని లేక సోదరి కూతురు
niggard : (n.) లోభి
night : (n.) రాత్రి
nightingale : (n.) మధురముగా పాడెడు ఒక పక్షి
night-soil : (n) మలము
nihilism : (n) శూన్యవాదము
nil : (n) సున్న
nimble : (a) చుఱుకైన
nine : (n. & a.) తొమ్మిది
nineteen : (n & a) పందొమ్మిది
ninety (n.& a.) తొంబది
ninth : (a) తొమ్మిదవ
nip : (vt.) నాశనముచేయు
nipple : (n) చనుమొన
nit : (n) ఈరు; ఈపి
nitrogen : (n) నత్రజని
no : (adv.) లేదు; కాదు
nobility : (n) గొప్పతనము; ప్రభువులు
noble : (a.) గొప్ప (n) ప్రభువు
nobleman : (n) ప్రభువు
nobody : (n) ఎవ్వరుడు
nocturnal : (a) రాత్రి సం.
nod : (vt.) తల ఊచు
node : (n) కణుపు
noise : (n) ధ్వని
noiseless : (a) నిశ్శబ్దముగానున్న
noisy : (a) సందడిగానున్న
nomad : (n) సంచారజీవనముచేయు వాడు
nominal : (a) పేరుకు మాత్రమున్న
nominally : (adv.) పేరుకు మాత్రమే

nominate : (vt) నామనిర్దేశము చేయు
nomination : (n) నామనిర్దేశము
nonchalence : (n) నిశ్చింతభావము
none (a) ఎవరునులేరు
nonentity (n) అభావము
non-metal : (n) అలోహము
nonsense (n) అర్థములేనిమాట
non-stop (a&adv) ఆగనట్టి
noodle . (n) తెలివిమాలినవాడు
nook (n) మూల;కొన
noon . (n) మధ్యాహ్నము
noose . (n) ఉరి; జారుముడి
nor (conj) ఇదియునుకాదు
norm . (n) మోస్తరు
normal (a) సహజమైన
north : (n) ఉత్తరదిక్కు
northern : (a) ఉత్తరపు
nose : (n) ముక్కు
nosegay : (n) పూలగుత్తి
nostril : (n) ముక్కురంధ్రము
not (adv.) కాదు; లేదు
notable : (a) ప్రసిద్ధమైన
notably : (adv.) ప్రసిద్ధముగా
note : (n) చీటి; వివరణము
noted : (a) ప్రసిద్ధమైన
noteworthy : (a) విశేషమైన
nothing : (n) ఏమియులేదు
notice (n) ప్రకటన; హెచ్చరిక
notify : (vt) ప్రకటించు
notion : (n) అభిప్రాయము
notorious : (a.) అపకీర్తిగడించిన
nought : (n) శూన్యము
noun (n) నామవాచకము
nourish : (vt) పోషించు
nourishing : (a) బలకరమైన
nourishment . (n) పోషణము
novel : (a) క్రొత్త (n) నవల
novelist . (n) నవలారచయిత
novelty . (n) క్రొత్తదనము
November : (n) నవంబరు
now : (adv.) ఇప్పుడు
nowadays : (adv.) ఈ కాలమందు
nowhere : (adv) ఎక్కడనులేదు
nucleus : (n) కేంద్రకము; జీవాణువు
nude (a.) దిగంబరమైన
nudity : (n) దిగంబరత్వము
nuisance . (n) ఉపద్రవము
null (a.) చెల్లని
nullify . (v.t) నిరర్థకముచేయు
numb : (a) తిమ్మిరుపట్టిన
number . (n) సంఖ్య
numeral : (n) అంకె
numerator : (n) లవము
numerous : (a) అనేకమైన
nun : (n) సన్న్యాసిని
nunnery : (n) సన్న్యాసినుల మఠము
nuptials : (n) పెండ్లి
nurse : (n) దాది (vt.) పోషించు
nurture : (n) పోషణము
nut : (n) గింజ; కాయ
nutmeg : (n) జాజికాయ
nutrient : (a.) పోషకమైన
nutriment : (n) ఆహారము
nutrition : (n) పోషణము
nutritive . (a) పుష్టికరమైన

nymph . (n) వనదేవత

O

oak (n) 'ఓక్' చెట్టు
oar (n) పడవ నడుపు తెడ్డు
oasis (n) ఎడారిలోని నీటిపట్టు
oath (n) ప్రమాణము
obaurate (a) మూర్ఖమైన
obedience · (n) విధేయత
obedient : (a) విధేయుమైన
obeisance (n) వందనము
obey : (vt) ఆజ్ఞను మన్నించు
obituary : (n) మరణించినవాని చరిత్ర
object : (n) వస్తువు; కర్మ
objection . (n) ఆక్షేపణ
objectionable (a) కూడని
objective · (n) ఉద్దేశ్యము
oblation · (n) బలి
obligation . (n) విధి; ఉపకారము
obligatory (a.) చేయవలసిన
oblige (vt.) ఉపకారముచేయు
obliging (a) ఉపకారబుద్ధిగల
oblique (a) వంకరైన
oblivion . (n) మఱచివిడువబడినస్థితి
oblong · (a) నిడుపువాటుగానున్న
obnoxious · (a) చెడ్డ
obscene . (a.) అసహ్యమైన
obscure : (a.) ప్రసిద్ధముకాని
obsequies · (n) అంత్యక్రియలు
observance . (n) ఆచరణము
observant : (a) శ్రద్ధతోచూచెడు
observation : (n) చూచుట; పరిశీలన
observe (vt) గమనించు,అనుసరించు
obsolete . (a) వాడుకలో లేని
obstacle . (n) అటంకము
obstetrics . (n) మంత్రసాని పని
obstinacy . (n) మొండిపట్టుదల
obstinate (a) మూర్ఖపుపట్టుదలగల
obstruct : (vt) అటంక పఱచు
obstruction (n) అటంకము
obtain : (vt) పొందు
obtuse . (a) గురు
obviate (vt) నివారించు
obvious · (a) స్పష్టమైన
occasion . (n) సందర్భము
occasional : (a) అప్పటప్పటి
occasionally · (adv) అప్పుడప్పుడు
occidental (a) పడమటి
occult (a) రహస్యమైన
occupancy · (n) అధీనము
occupant : (n) కాపురమున్నవాడు
occupy (vt) ఆక్రమించు
occur : (vt) సంభవించు
occurrence (n) సంభవము
ocean . (n) మహాసముద్రము
octagon . (n) అష్టభుజి
October · (n) అక్టోబరు
octopede . (n) ఎనిమిదికాళ్లజంతువు
ocular (a) కన్నులారచూచిన
odd : (a) బేసియైన;స్వల్పమైన;వికారమైన
oddity : (n) వైపరీత్యము
odds (n) వ్యత్యాసము
odium : (n) ద్వేషము

odour . (n) వాసన

of (p) యొక్క; గుఱించి;లో

off (adv) దూరమునకు

offence · (n) నేరము; హాని

offend (vt) నొప్పించు

offensive · (a) ఉపద్రవకరమైన

offer · (vt) ఇచ్చు

offering (n) సమర్పణ;బలి

offhand : (adv) పూర్వప్రయత్నము లేకుండ

office (n) పని; కార్యస్థానము

officer · (n) ఉద్యోగి; అధికారి

official · (n) అధికారి

offset (vt) చెల్లు బెట్టు

offshoot (n) శాఖ

offspring · (n) సంతానము

often (adv) తఱచుగా

ogle . (n) ప్రక్క చూపు

oil : (n) నూనె

oily : (a) జిడ్డుగల

ointment : (n) లేపనము

old · (a) ముసలి; పూర్వకాలపు

olfactory (a) ఘ్రాణేంద్రియ సం.

omen (n) శకునము

ominous : (a) అశుభసూచకమైన

omission . (n) విడిచిపెట్టుట

omit (vt) విడిచిపెట్టు

omnipotent . (a) అనంతశక్తిగల

omnipresent . (a) సర్వవ్యాపి యైన

omniscient . (a) సర్వజ్ఞుడైన

omnivorous · (a) సర్వమును భక్షించు చెడు

on (p) పైన; మీద

once : (adv) పూర్వమొకప్పుడు; ఒక సారి

one (n & a) ఒకటి

oneness : (n) ఏకత్వము

one-sided : (a) పక్షపాతమైన

onion . (n) నీరుల్లి

onlooker · (n) ప్రేక్షకుడు

only . (adv) మాత్రము

onslaught (n) పై బడుట

onus (n) బాధ్యత

onward . (adv) ముందుకు

ooze . (vi) కాఱు

opaque · (a) వెలుగు నొరనియ్యని

open (a) తెఱచియున్న; నిష్కపటమైన (vt) తెఱచు

opener (n) తెఱచుసాధనము

opening (n) ద్వారము; రంధ్రము; ప్రారంభము

open-hearted · (a) నిష్కపటమైన

openly (adv) బహిరంగముగా

opera (n) సంగీతనాటకము

operate · (vi) పనిచేయు(vt.) నడిపించు

operation (n) పని; శస్త్రచికిత్స

opine (v t.& v.i) అభిప్రాయపడు

opinion (n) అభిప్రాయము

opium (n) నల్లమందు

opponent · (n) పోటీదారుడు

opportune (a.) అనుకూలమైన

opportunity · (n) తగిన సందర్భము

oppose (v t.) వ్యతిరేకించు

opposite (a) ఎదుటి;వ్యతిరేకమైన

opposition . (n) ఎదిరించుట

oppress : (vt) హింసించు
oppression . (n) హింస
oppressive . (a) క్రూరమైన
optic : (a) దృష్టి సం.
optimism : (n) ఆశావాదము
optimist . (n) ఆశావాది
optimum . (a) అత్యుత్తమమైన
option . (n) ఇష్టము
optional (a.) ఇష్టప్రకారమైన
opulence : (n) సంపద
or (conj) లేక
oracle : (n) దైవవాక్యము
oral : (a) నోట చెప్పిన
orange . (n) నారింజ పండు
oration . (n) ప్రసంగము
orator : (n) ప్రాసంగికుడు
orbit : (n) కక్ష్య; గ్రహపథము
orchard . (n) పండ్లతోట
ordain : (vt) విధించు
ordeal (n) అగ్నిపరీక్ష
order : (n) ఉత్తరువు; క్రమము
(vt) ఆజ్ఞాపించు
orderly . (a) క్రమమైన
ordinance (n) అవసరశాసనము
ordinary : (a) సాధారణమైన
ordnance . (n) ఫిరంగులు
ore : (n) ఖనిజము
organ : (n) అంగము
organic (a) సేంద్రియ
organism . (n) జీవము గల ప్రాణి
organization : (n) సంఘము;
ఏర్పాటుచేయుట
organize : (v t.) ఏర్పాటు చేయు
orient (a&n) తూర్పు సం.
orifice : (n) రంధ్రము
origin . (n) మూలము
original . (a) మూలమైన
originality : (n) ఉపజ్ఞ
originally . (adv) మొట్టమొదట
originate (vi) పుట్టు
ornament (n) ఆభరణము
ornamental : (a) అలంకారమైన
orphan . (n) అనాథ శిశువు
orphanage : (n) అనాథ శిశు శర
ణాలయము
orthodox . (a) సనాతనమైన
oscillate (vi) ఊగు
oscillation (n) ఊగుట; డోలనము
oscillatory : (a) ఊగుచున్న
ostensible : (a) బయటికి కనబడెడు
ostrich (n) నిప్పుకోడి
other : (a) వేఱైన; మఱియొక
otherwise (conj) లేకున్న
ought : (v.) వలయును
ounce . (n) ఔన్సు
our : (a) మా యొక్క; మనయొక్క
ours : (pro) మాది; మనది
oust (vt) వెళ్లగొట్టు
out : (adv) బైట
out-and-out . (adv) పూర్తిగా
outbreak . (n) కలత
outcaste . (vt) వెలివేయు
outcome (n) ఫలితము
outcry : (n) అఱపు
outdo : (vt) మించు
outdoor : (a) ఇంటిబయటి

outer (a) బయటి
outermost (a) మిక్కిలిబయటి
outflow : (n) స్రవించుట
outgoing (a) పోవుచున్న
outlaw (vt) బహిష్కరించు
outlay (n) పెట్టుబడి
outlet . (n) పోవుద్వారము
outline (n) ఆకారము
outlook (n) మనోభావము
outlying (a) బయటనున్న
out-of-date (a.) ప్రాత
out of-the-way (a) విపరీతమైన
output . (n) ఉత్పత్తి ప్రమాణము
outrage (n) బలాత్కారము
outright . (a) స్పష్టమైన
outset (n) ఆరంభము
outshine . (vt) అతిశయించు
outside (a) వెలుపటి
outskirts (n) పొలిమేర
outstanding (a) ముఖ్యమైన
outward . (a) బయటి
oval (a) అండాకారముగల
ovary (n) అండాశయము
oven . (n) ప్రొయ్యి; కొలిమి
over (p) మీద
overawe : (vt) బెదిరించు
overcome (vt) జయించు
over-confidence (n) అతినమ్మకము
overcraft (n) అప్పు
overdue (a) గడువుమించిన
overhear . (vt) పొంచియుండివిను
overload (n) అధికమైన భారము
overlook . (vt) ఉపేక్షించు
overlord (n) యజమానుడు
overpower . (vt) అణచు
override . (vt) రద్దుచేయు
overrun (n) వ్యాపించు
oversight (n) పరాకునచేసినతప్పు
overstep (vt) అతిక్రమించు
overt (a) బహిరంగమైన
overthrow (vt) పడగొట్టు
overture (n) ప్రస్తావన
overwhelm (vt) అణగగొట్టు
overwork : (n) అధికమైనపని
overwrought (a) మిక్కిలి కష్టపడి పనిచేసిన
ovum (n) అండము
owe . (vt) బాకీఉండు
owing (a) ఈయవలసిన
owl (n) గుడ్లగూబ
own . (a) సొంతమైన(v t.)కలిగియుండు
owner (n) యజమానుడు
ox (n) ఎద్దు
oxide (n) భస్మగము
oxygen . (n) ప్రాణవాయువు
oyster (n) ఒక రకపు గుల్లచేప

P

pace : (n) అడుగు;అంగ
pacific (a) శాంతమైన
pacify (vt.) ఉపశాంతిచేయు
pack (vt) మూటగాకట్టు
package . (n) కట్ట; మూట
packer (n) మూటకట్టువాడు

packet : (n) చిన్నకట్ట
pact . (n) ఒడంబడిక
pad (n) అట్ట
paddle · (vi) తెడ్డుతో త్రోయు
paddy · (n) ధాన్యము
padlock : (n) కప్పతాళము
page · (n) పుట; పనిచేయుబాలుడు
pageant . (n) ప్రదర్శనము
pageantry : (n) ఆడంబరము
pagoda · (n) గుడి
paid . (a) చెల్లింపబడిన
pail · (n) ముంత; బొక్కెన
pain : (n) నొప్పి
painful . (a) నొప్పిగల
painstaking : (a) పాటుపడెడు
paint · (n) రంగు
painter · (n) చిత్రకారుడు
pair . (n) జత; జోడు
palace : (n) రాజభవనము
palanquin : (n) పల్లకి
palate : (n) అంగిలి
pale : (a) పాలిపోయిన
palm : (n) అరచేయి; తాటిచెట్టు మొ. వృక్షజాతి
palmist . (n) హస్తసాముద్రికుడు
palmistry : (n) హస్తసాముద్రికము
palmyra : (n) తాటిచెట్టు
palpable · (a) స్పష్టమైన
palpably . (adv) స్పష్టముగా
palpitate . (vi) కొట్టుకొను
paltry : (a) అల్పమైన
pamphlet : (n) చిన్నపుస్తకము; కరపత్రము
pan · (n) మూకుడు; పెనము
panacea : (n) సర్వరోగనివారిణి
pancake . (n) అట్టు
pancreas (n) మధురకోశము; పృక్వకము
pandemonium · (n) కలకలము
pandit : (n) పండితుడు
panegyric (n) స్తోత్రము
panel (n) పేర్ల జాబితా
pang (n) వేదన
panic . (n) కలత; భయము
pannier . (n) బుట్ట
panorama · (n) సర్వదిగ్దర్శక చిత్రము
pant : (vi) ఎగరోజు
pantaloon : (n) హాస్యగాడు
pantheism . (n) అద్వైతము
panther · (n) చిఱుతపులి
pap . (n) చనుమొన
papaya . (n) బొప్పాయికాయ
paper : (n) కాగితము
pappous : (a) నూగుగల
pappy : (a) మెత్తని
par . (n) సరి; ఈడు
parable . (n) నీతికథ
parabola : (n) పరావలయము
parade : (n) సైనిక విన్యాసప్రదర్శనము
paradigm · (n) దృష్టాంతము
paradise . (n) స్వర్గము
paradox : (n) వైపరీత్యము
paradoxical : (a) విపరీతమైన
paragon : (n) అత్యుత్తమమైన
paragraph : (n) పరిచ్ఛేదము

arallax : (n) స్థానభేదాంశము
arallel (a) సమాంతరమైన
arallelism (n) సామ్యము
arallelogram : (n) సమాంతర చతుర్భుజము
aralysis . (n) పక్షవాతము
aramount : (a) అద్వితీయమైన
arapet (n) పిల్లగోడ
araphrase . (n) టీక
arasite (n) పరాన్నభుక్కు
arcel (n) కట్ట
arch : (vt) వేపు; కాల్చు
ard : (n) చిఱుతపులి
ardon (vt) క్షమించు
ardonable (a) క్షమింపదగిన
arent (n) తండ్రి; తల్లి
arentage (n) వంశము
aring (n) పేడు; చెక్కు
arity : (n) సారూప్యము
ark : (n) ఉపవనము
arley : (n) సంభాషణము
arliament . (n) శాసనసభ
arlour (n) చావడి
arody : (n) హేళనకావ్యము
arole : (n) వాగ్దత్తము
aroxysm : (n) ఉద్రేకము
arricide : (n) పితృహత్య
arrot (n) చిలుక
arry (vt) తప్పించుకొను
arsimony : (n) లుబ్ధత్వము; పొదుపరితనము
art : (n) భాగము; వంతు; అంగము
artial (a) పక్షపాతముకల

partiality : (n) పక్షపాతము
participate (vi) పాల్గొను
participle . (n) అసమాపకక్రియ
particle . (n) లేశము; ప్రత్యయము
particular : (n) వివరము(a) ప్రత్యేకమైన; ముఖ్యమైన
particularly (adv) ప్రత్యేకముగా
parting . (n) ఎడబాటు
partisan : (a) ఒక పక్షముననుండునట్టి
partition : (n) విభజన
partly : (adv) కొంతవఱకు
partner : (n) భాగస్థుడు
partnership (n) భాగస్వామ్యము
partridge : (n) కౌజుపిట్ట
parturition . (n) ప్రసవము
party (n) పక్షము; విందు
pass . (vi) పోవు; సంభవించు
passable : (a) అంగీకరింపదగిన
passage : (n) మార్గము
passenger : (n) బాటసారి
passion : (n) మనోభావము
passionate . (a) ఉద్రేకముగల
passive : (a) ఊరకయున్న
passiveness . (n) స్తబ్ధత
past : (a) పోయిన; కడచిన
paste . (n) గోదు; బంక
pastime : (n) వినోదము
pastoral : (a) గ్రామీయమైన
pasture : (n) పచ్చికబయలు
pat : (n) మెల్లని దెబ్బ
patch : (n) అతుకు; మాసిక
patent . (a) స్పష్టమైన

paternal (a) పైతృకమైన
path (n) కాలిత్రోవ
pathetic (a) మనసుకరగించు
pathology . (n) రోగలక్షణశాస్త్రము
pathos (n) కరుణారసము
patience (n) ఓర్పు
patient (a.) ఓర్పుగల(n) రోగి
patriarch (n) మూలపురుషుడు
patricide . (n) పితృహత్య
patrimony (n) పిత్రార్జితము
patriot . (n) దేశభక్తుడు
patriotism (n) దేశాభిమానము
patrol (vi) గస్తుతిరుగు
patron (n) పోషకుడు
patronage . (n) ప్రాపకము
patronize (vt) ప్రాపకమిచ్చు
pattern (n) మాదిరి
paucity . (n) అల్పత్వము
pauper (n) బీదవాడు
pause . (n) విరామము
pavilion (n) పెద్దగుడారము
paw . (n) పంజా
pawn . (n) తాకట్టు
pay (vt) చెల్లించు (n) జీతము
payable . (a) చెల్లింపవలసిన
payment . (n) చెల్లించుట
pea (n) బటాణీగింజ
peace (n) శాంతము;సంధి
peaceful . (a) శాంతమైన
peacefully (adv) శాంతముగా
peacock (n) మగనెమలి
peahen (n) ఆడునెమలి
peak (n) పర్వతశిఖరము
peal (n) మ్రోత
pearl . (n) ముత్యము
peasant . (n) కాపు; కృషీవలుడు
pebble . (n) గులకరాయి
peccable (a) అపరాధియైన
peck . (vt) ముక్కుతో పొడుచు
peculiar (a) విచిత్రమైన
peculiarity (n) విచిత్రము
pecuniary (a) ధన సం.
pedagogue (n) ఉపాధ్యాయుడు
pedestrian . (n) పాదచారి
pedigree (n) వంశచరిత్ర
peduncle (n) కాడ; తొడిమ
peel (vt) తోలు ఒలుచు
peep . (vt) తొంగిచూచు
peer (n) సముడు; ప్రభువు
peerage (n) ప్రభుపట్టము
peerless . (a) సమానములేని
peevish (a) చిటచిటలాడెడు
peg (n) గూటము
pelican (n) ఒక పెద్దపక్షి
pell (n) తోలు
pellet (n) చిన్న ఉండ
pellicle (n) సన్నవిపొర
pell-mell . (adv) గందరగోళముగా
pen (n) కలము; పశువుల దొడ్డి
penal (a) దండన సం.
penalty : (n) శిక్ష; అపరాధము; జుల్మానా
penance . (n) ప్రాయశ్చిత్తము
pencil (n) పెన్సిలు
pendent . (a) వ్రేలాడెడు
pending : (a) జరుగుచున్న

pendulum . (n) లోలకము
penetrate : (vt) ప్రవేశించు
penguin · (n) ఒక నీటిపక్షి
peninsula : (n) ద్వీపకల్పము
penis . (n) మేఢ్రము; శిశ్నము; మేహనము
penitence : (n) పశ్చాత్తాపము
penitentiary (n) సంస్కరించు చెఱసాల
penniless (a) డబ్బులేని
pension · (n) పింఛను
pensive . (a) చింతగానున్న
pentagon : (n) పంచభుజి
penultimate : (a) కడపటిదానికి ముందఱి
penury . (n) దారిద్ర్యము
peon . (n) బంట్రోతు
people (n) జనులు
pepper (n) మిరియము
peptic . (a) జీర్ణకారియైన
perambulate . (vi) తిరుగు
perceive . (vt) తెలిసికొను
perception · (n) తెలిసికొనుట
perceptive . (a) తెలిసికొనెడు
perch . (vt) కూర్చుండు; వ్రాలు
percolate . (vt) వడియుగట్టు
percuss · (vt) బలముతో తాకు
percussion . (n) దెబ్బ
perdition : (n) అధోగతి
peremptorily : (adv) దృఢముగా
perennial : (a) శాశ్వతమైన
perfect : (a) సంపూర్ణమైన
perfection : (n) సంపూర్ణత్వము
perfectly · (adv) సంపూర్ణముగా
perfidy · (n) విశ్వాసఘాతుకము
perforate : (vt) బెజ్జముచేయు
perforce . (adv) బలాత్కారముగా
perform · (vt) చేయు
performance · (n) కార్యము
perfume (n) సువాసన
perfunctorily (adv)అశ్రద్ధగా
perfuse · (vt) చిలకరించు
perhaps : (adv)బహుశా
pericarp . (n.) విత్తనముపైపొర
peril · (n) అపాయము
perilous : (a) అపాయకరమైన
perimeter : (n) చుట్టుకొలత
period : (n) సమయము
periodical (n) పత్రిక
periphery . (n) కైవారము
perish (vi) నశించు
perishable . (a) నశించెడు
perjury · (n) అప్రమాణము
perk (vt) నిక్కబొడుచు
permanence (n) శాశ్వతత్వము
permanent : (a) శాశ్వతమైన
permanently · (adv) శాశ్వతముగా
permeable : (a) చొరనిచ్చెడు
permission : (n) అనుమతి
permit : (vt) అనుమతిఇచ్చు
permutation · (n) పరస్పరము మార్పు
pernicious : (a) హానికరమైన
perpendicular . (a) నిలువుగా నున్న
perpetrate . (vt) చేయు
perpetual : (a) శాశ్వతమైన
perpetuate : (vt) స్థిరపఱచు

perpetuity (n) నిత్యత్వము
perplex : (vt) కలవరపెట్టు
perplexity : (n) కలవరము
persecute (vt) పీడించు
persecution : (n) పీడించుట
perseverance : (n) పట్టుదల
persevere (vi) పట్టుదలకలిగియుండు
persevering : (a) పట్టుదల గల
persist . (vi) పట్టిన పట్టు విడువకుండు
persistence (n) హఠము
person (n) మనుజుడు
personal : (a) స్వకీయమైన
personality : (n) మూర్తిమత్త్వము
personally : (adv) స్వయముగా
personification : (n) చేతనత్వారోపణము
personify . (vt) చేతనత్వమారోపించు
personnel : (n) ఉద్యోగుల సముదాయము
perspicacious . (a) సూక్ష్మబుద్ధిగల
perspicuous : (a) తేటయైన
perspiration (n) చెమట
perspire : (vt) చెమటపోయు
persuade (vt) సమ్మతింపజేయు
persuasion . (n) బోధన
pertain (vi) సంబంధించు
pertinent (a) సంగతమైన
perturb : (vt) ఆందోళనము కలుగజేయు
peruse : (vt) చదువు
pervade : (vt) వ్యాపించు
pervasive : (a) వ్యాపించెడు
perverse : (a) వక్రబుద్ధిగల
perversity : (n) వక్రబుద్ధి
pessimist : (n) నిరాశావాది
pest . (n) తెవులు
pestilence : (n) పీడ
pestilent : (a) హానికరమైన
pestle : (n) రోకలి
pet . (n) ముద్దుల పట్టి
petal (n) పుష్పదళము
petiole : (n) ఆకు యొక్క కాడ
petition : (n) అర్జీ
petitioner . (n) అర్జీదారుడు
petrify : (vt) శిలగా చేయు
petty (a) నీచమైన
petulance : (n) ముంగోపము
phantasy (n) భ్రాంతి
phantom : (n) మాయ
pharmacy (n) ఔషధయోగము
pharynx . (n) నప్తపథ
phase . (n) కళ; అవస్థ
phenomenon : (n) దృగ్విషయము
phial : (n) చిన్నబుడ్డి
philanthropist : (n) లోకోపకారి
philology . (n) శబ్దవ్యుత్పత్తిశాస్త్రము
philosopher : (n) తత్వశాస్త్రవేత్త
philosophy (n) తత్వశాస్త్రము
phlegm (n) కఫము
phonetics : (n) స్వరశాస్త్రము
phosphorus : (n) భాస్వరము
photograph (n) ఛాయాపటము
phrase : (n) వాక్యభాగము
physic : (n) వైద్యము

physical (a) శరీర సం.
physician (n) వైద్యుడు
physics (n) భౌతికశాస్త్రము
physiognomy : (n) ముఖసాముద్రికము
physiology : (n) శరీరధర్మశాస్త్రము
physique . (n) దేహరీతి
pick . (vt) పొడుచు
pickle : (n) ఊరుగాయ
pick-pocket . (n) జేబుదొంగ
picnic (n) వనభోజనము
picotta (n) ఏతము
pictorial : (a) చిత్రములున్న
picture . (n) చిత్రము
picturesque . (a) సుందరమైన
piddling (a) అల్పమైన
piece (n) తునుక; తాను
pierce (vt) పొడుచు
piercer : (n) బరమా
piercing (a) తీక్ష్ణమైన
piety : (n) దైవభక్తి
pig . (a) పంది
pigeon : (n) పావురము
pig-iron : (n) దుక్కఇనుము
pigment . (n) వర్ణము
pike (n) ఈటె; బల్లెము
pile : (n) కుప్ప
piles : (n) మూలవ్యాధి
pilfer (vt& vi) స్వల్పదొంగతనము చేయు
pilgrim . (n) యాత్రికుడు
pilgrimage (n) తీర్థయాత్ర
pill : (n) మాత్ర
pillage : (n) దోపుడు
pillar : (n) స్తంభము
pillow (n) తలగడ
pilot . (n) విమానచోదకుడు
pimple : (n) మొటిమ
pin . (n) గుండుసూది
pincers : (n) శ్రావణము
pinch. (vt) గిల్లు; నొక్కు
pine (n) దేవదారు చెట్టు (vi) శుష్కించు
pineapple : (n) అనాసపండు
pinion : (n) పక్షిరెక్క
pink : (n) పాటలవర్ణము
pinnacle . (n) అగ్రము
pioneer (vt) దారితీయు
pious : (a) దైవభక్తిగల
pipal (n) రావిచెట్టు
pipe : (n) గొట్టము; పిల్లనగ్రోవి
piquant : (a) కారమైన
pique (vt) నొప్పించు
pirate . (n) ఓడదొంగ
Pisces : (n) మీనరాశి
pistol : (n) పిస్తోలు
piston : (n) కడ్డీ
pit : (n) గొయ్యి
pitch : (n) తారు; స్వరము
pitcher : (n) కుండ
piteous : (a) కనికరించెడు
pith : (n) దవ్వ
pithy . (a) సారముగల
pitiable . (a) కనికరింపదగిన
pitiless : (a) కరుణలేని
pittance . (n) స్వల్పమాత్రము

pity (n) కనికరము(vi) కనికరించు
pivot . (n) కీలకము
placate . (vt) సమాధానపఱచు
place · (n) స్థలము(vt) ఉంచు
placenta . (n) మావి, జరాయువు
placid (a) శాంతమైన
plagiarist (n) గ్రంథచోరుడు
plague · (n) ప్లేగువ్యాధి
plain : (a) సమమైన(n) మైదానము
plainly · (adv) నిష్కపటముగా
plainness : (n) నిష్కాపట్యము
plaint : (n) ఫిర్యాదు
plaintiff : (n) వాది
plait : (n) మడత
plan . (n) పటము; యుక్తి; ప్రణాళిక
plane (a) సమమైన
planet · (n) గ్రహము
planetary . (a) గ్రహ సం.
plank (n) పలక, బల్ల
plant : (n) మొక్క(vt) నాటు
plantain · (n) అరటిపండు
plantation (n) తోట
plaster : (n) గచ్చు
plastic : (a) రూపమిచ్చుశక్తిగల
plat (vt) జడవేయు
plate : (n) కంచము
plateau : (n) పీఠభూమి
platform (n) వేదిక
play . (n) క్రీడ; నాటకము (vt) ఆట లాడు
player · (n) ఆటగాడు
playful . (a) సరసమైన
playground · (n) ఆటస్థలము
playwright (n) నాటకరచయిత
plea . (n) నెపము
plead · (vt& vi) వాదించు
pleader : (n) ప్లీడరు
pleasant . (a) ఇంపైన
pleasantly · (adv) ఇంపుగా
pleasantry : (n) ఉల్లాసము
please (vi) ఇష్టపడు
pleasing . (a) రమ్యమైన
pleasurable (a) రమ్యమైన
pleasure . (n) ఆనందము
plebeian : (a) సామాన్యమైన
pledge (n) తాకట్టు; ఇరారు
plenary · (a) సంపూర్ణమైన
plentiful : (a) విస్తారమైన
plenty · (a) సమృద్ధియైన
pliable (a) వంగెడు
pliers (n) శ్రావణము
plight . (n) దురవస్థ
plot · (n) కుట్ర; కొద్దిభూమి(vi) కుట్ర పన్ను
plough . (n) నాగలి (vt) దున్ను
plougher : (n) దున్నువాడు
pluck · (vt) పెఱుకు
plug : (n) బిరడా
plum : (n) రేగుపండు
plume : (n) పక్షిఈక
plump: (a) బలిసిన
plumpy :(a) పుష్టిగల
plumule : (n) ప్రథమశాఖ
plunder . (vt) దోచుకొను(n) దోపుడు
plunge : (vt) ముంచు
plural . (a) బహు

plurisie · (n) అతివృద్ధి
plus (a) చేర్చవలసిన
Pluto (n) యముడు
ply (vt) పనిచేయు
pnuemonia (n) ఊపిరితిత్తుల వాపుతో కూడిన వ్యాధి
poach . (vt) దొంగిలించు
pock . (n) మశూచికపు బొబ్బ
pocket (n) జేబు
pockmark (n) మశూచికపు మచ్చ
pod (n) కాయ; ఒఱ
poem (n) పద్యము
poet (n) కవి
poetess (n) కవయిత్రి
poetry (n) పద్యకావ్యము, కవిత్వము
poignant : (a) తీక్ష్ణమైన
point · (n) చుక్క; విషయము
poise (n) సరితూగియుండు స్థితి
poison . (n) విషము
poke (vt) పొడుచు
polar (a) ధ్రువసం.
pole (n) స్తంభము; ధ్రువము
polemics . (n) తర్కము
Pole Star : (n) ధ్రువనక్షత్రము
police . (n) పోలీసు
policy · (n) సిద్ధాంతము, విధానము
polish (vt) మెఱుగుపెట్టు
polite : (a) మర్యాదగల
politeness : (n) సభ్యత
political · (a) రాజకీయమైన
politician : (n) రాజకీయవేత్త
politics : (n) రాజకీయశాస్త్రము; రాజకీయాలు
poll . (vi) ఓటుచేయు
pollen (n) పుప్పొడి
poll-tax · (n) తలపన్ను
pollute . (vt) అశుచిచేయు
pollution . (n) కాలుష్యము
polygon (n) బహుభుజి
pomegranate : (n) దాడిమపండు
pomp . (n) వైభవము
pond · (n) గుంట; కొలను
ponder : (vt) యోచించు
pony · (n) చిన్నగుఱ్ఱము
pool . (n) మడుగు
poor . (a) బీద
Pope (n) పోపు
populace . (n) సామాన్యజనులు
popular . (a) సాధారణమైన; జనసమ్మతమైన
popularity . (n) జనసమ్మతము
population (n) జనసంఖ్య
populous (a) జనాకీర్ణమైన
porcelain (n) పింగాణి
pore (n) సూక్ష్మరంధ్రము
pork (n) పందిమాంసము
porous (a) సూక్ష్మరంధ్రములు గల
porridge (n) జావ, అంబలి
port . (n) ఓడరేవు
portable . (a) సులభముగా ఎత్తుకొని పోదగిన
portend (vi) కీడుసూచించు
porter . (n) బరువులు మోయువాడు
portfolio . (n) మంత్రి ఉద్యోగము
portion : (n) భాగము
portly . (a) లావైన

portrait . (n) ప్రతిరూపచిత్రము
portray . (vt) వర్ణించు
pose . (vi) నటించు
position . (n) స్థానము
positive . (a) నిశ్చయమైన
possess · (vt) కలిగియుండు
possession . (n) స్వాధీనము
possibility (n.)సాధ్యమైనది
possible .(a.)సాధ్యమైన
post :(n)స్తంభము; తపాలా (v.t.)తపాలాలో వేయు
poster .(n.)పెద్ద ప్రకటన కాగితము
posterior ·(a.)తరువాతి
posterity .(n.)సంతానము
posthaste :(adv.)అతివేగముగా
posthumous .(a.)తండ్రి చనిపోయిన తరువాత పుట్టిన
postman :(n.)తపాలావాడు
postmark :(n.)తపాలు ముద్ర
postmaster :(n.)తపాలు అధికారి
post-meredian .(a.)మధ్యాహ్నోత్తరమైన
post-mortem (a)మరణోత్తరమైన
post-office .(n.)తపాలు కార్యాలయము
postpone :(v.t.)వాయిదా వేయు
postscript .(n)తాజాకలము
postulate ·(v t)అనుకొను
posture .(n)స్థితి; అభినయము
pot (n)కుండ
potash ·(n)తీవ్రక్షారము
potato (n)బంగాళాదుంప
potency (n.)శక్తి
potent (a.)శక్తి గల
potentate .(n)అధిపతి
potential ·(a)సంభవింపదగిన
pother .(n.)సద్దు
potion ·(n)త్రాగెడుమందు
pottage (n.)అంబలి, జావ
potter (n)కుమ్మరి
pottery .(n)కుమ్మరపని
pouch :(n.)సంచి
poultry :(n.)కోళ్లు మొదలగు జంతువులు
pounce :(v t)పైబడి పట్టుకొను
pound .(n.)పౌను
pour (v.t)పోయు
poverty .(n.)దీదఱికము
powder .(n)పొడి
power :(n.)శక్తి; అధికారము
powerful .(a.)శక్తి గల
powerless (a.)శక్తి లేని
practical ·(a)అభ్యాస సిద్ధమైన
practically (adv)అభ్యాసము చేత
practice :(n)అలవాటు; సంప్రదాయము
practise .(v t)అభ్యాసముచేయు
prairie ·(n)వచ్చిక బయలు
praise .(n)స్తుతి
praise :(v t.)స్తుతించు
praiseworthy .(a.)స్తుతింపదగిన
prank :(n)కుచేష్ట
prate .(v t. & v i)వదరు
prawn ·(n.)రొయ్య
pray (v t. & vi)ప్రార్థించు
prayer :(n.)ప్రార్థన

preach .(v.t. & v.i)బోధించు
preacher :(n.)బోధకుడు
preaching .(n.)బోధన
preamble :(n)అవతారిక, పీఠిక
precarious :(a.)అస్థిరమైన
precaution (n)ముందు జాగ్రత్త
precede :(v.t.)ముందు ఉండు
precedent :(n)దృష్టాంతము
precept (n.)ధర్మ నియమము
preceptor :(n.)గురువు
precession :(n.)అగ్రగతి
precinct .(n.)ఆవరణము
precious :(a)విలువైన
precipice (n.)మిక్కిలి నిట్రమైన కొండ
precipitate :(v t)త్వరచేయు
precipitation .(n)అవపాతము
precis .(n.)సంక్షేపము
precise (a.)కచ్చితమైన
preclude :(adv.)అడ్డగించు
precisely :(adv)కచ్చితముగా
preclusion :(n)ఆటంకము
precursory :(a)రాబోవు దానిని తెలిపెడు
predatory .(a.)కొల్లగొట్టెడు
predicament .(n.)ఇబ్బంది
predicate :(n.)క్రియ
predict .(v.t.)ముందుగా చెప్పు
prediction (n.)భవిష్యత్తును చెప్పుట
predilection :(n.)అభిమానము
predominant :(a)ప్రబలమైన
predominate.(v.i.)ప్రబలమై యుండు
pre-eminent :(a)సర్వోత్తమమైన
preface .(n)పీఠిక
prefer :(v.t.)ఎంచుకొను
preferable :(a.)మేలైన
preference :(n)ప్రాధాన్యము
prefix .(n.)ఉపసర్గము
pregnancy :(n.)గర్భము
pregnant .(a)గర్భవతియైన
prejudice .(n)దురభిమానము
prejudiced (a.)దురభిమానము కల
prejudicial .(a)ప్రతికూలమైన
preliminary :(a.)ముందటి
prelude :(n)ప్రారంభము
premature :(a.)అకాలపు
premier :(n)ప్రధానమంత్రి
premises (n.)ఇల్లు దానికి చేరిన చుట్టు ప్రక్కలు
premium :(n)లాభము
premonish .(v t)ముందు జాగ్రత్త చెప్పు
preparation :(n)ప్రయత్నము
prepare .(v.t)తయారుచేయు
prepense .(a)బుద్ధిపూర్వకమైన
preponderent :(a)ప్రబలమైన
preposition .(n)విభక్త్యర్థకమైన అవ్యయము
preposterous :(a)అసంగతమైన
prerequisite (a.)ముందుగా కావలసిన
prerogative :(n.)విశేషాధికారము
presage (n.)శకునము
prescribe :(v.t & v i)నియమించు
prescription .(n)విధి
presence (n.)ఉనికి

present :(a.) ఉన్న, ఇప్పటి (v.t.) ఇచ్చు (n.) వర్తమానకాలము ; బహుమతి

presentation :(n.) బహుమానమిచ్చుట

presently .(adv.) కొద్ది సేపటిలో

preserve :(v.t.) భద్రపఱుచు

preside :(v.t.) అధ్యక్షత వహించు

president .(n.) అధ్యక్షుడు

press (v.t.) అణచు, నొక్కు

pressure :(n.) ఒత్తిడి; బాధ; భారము

prestige :(n.) గొప్పతనము

presume :(v.t.) అనుకొను

presumption :(n.) నమ్మకము

pretend :(v.i.) నటించు

pretender .(n.) కపటి

pretext .(n.) మిష, సాకు

prettily :(adv.) సొగసుగా

pretty :(a.) సొగసైన

prevail (v.i.) వ్యాపించి యుండు

prevalent :(a.) వ్యాపించియున్న

prevent :(v.t.) ఆపు

prevention :(n.) ఆటంకము

previous :(a.) పూర్వపు

previously :(adv.) ముందుగా

prey .(n.) ఆహారము

price (n.) వెల

priced :(a.) వెలగల

priceless :(a.) అమూల్యమైన

prick :(v.t.) గ్రుచ్చు

prickly :(a.) గ్రుచ్చుకొనెడు

pride :(n.) గర్వము

priest :(n.) పురోహితుడు

presthood .(n.) పౌరోహిత్యము

prim :(a.) సొగసైన

primary .(a.) ప్రాథమిక

prime :(a.) మొదటి

primer : ప్రథమ పాఠ్య పుస్తకము

primitive .(a.) మొదటి, ప్రాచీనమైన

primness (n.) సొంపు

prince :(n.) రాకుమారుడు

princely (a.) : ఘనమైన

princess :(n.) రాజకుమార్తె

principal :(n.) అసలుసొమ్ము

principality (n.) రాజ్యము

principle :(n.) ముఖ్య సూత్రము

principled :(a.) నీతిగల

print :(v.t.) అచ్చువేయు

printer :(n.) అచ్చువేయువాడు

printing :(n.) అచ్చువేయుట

prior :(a.) ముందటి

priority (n.) ప్రాధాన్యము

prism :(n.) పట్టకము

prison :(n.) చెఱసాల

prisoner .(n.) ఖైదీ

privacy :(n.) ఏకాంతము; రహస్యము

private :(a.) ప్రత్యేకమైన

privation :(n.) దారిద్ర్యము

privilege :(n.) హక్కు

privity :(n.) రహస్యము

privy :(a.) అంతరంగికమైన

prize (n.) బహుమానము

probability :(n.) సంభావ్యత

probable :(a.) జరుగదగిన

probably :(adv.) బహుశా

probation .(n.) అర్హత నిశ్చయించుటకు కాలము
problem .(n.) సమస్య
procedure :(n.) పద్ధతి
proceed :(v.i.) జరుగు; పోవు
proceeding .(n.) వ్యవహారము
process (n.) పని, పద్ధతి
procession :(n.) ఊరేగింపు
proclaim :(v.t.) ప్రకటించు
proclamation :(n.) ప్రకటన
procrastination (n.) కాలవిలంబము
procreate :(v.t.) ఉత్పత్తిచేయు
proctor :(n) ప్రతినిధి
procure (v.t.) సంపాదించు
procurement :(n.) సంపాదించుట
prodigal :(n.) దుర్వ్యయము చేయువాడు
prodigality :(n.) అతివ్యయము
prodigious .(a.) బ్రహ్మాండమైన
prodigy :(n.) అద్భుతమైన.
produce (v.t.) ఉత్పత్తిచేయు
producer :(n.) ఉత్పత్తిదారుడు
product .(n.) ఫలము, పంట
production :(n.) ఉత్పత్తి
productive :(a.) . ఉత్పాదకమైన
profane :(a.) అపవిత్రమైన
profess :(v.t.) తనకు తెలియునను
profession :(n.) వృత్తి
professional :(n.) వృత్తి సం.
professor (n.) ఆచార్యుడు
proficiency :(n.) ప్రావీణ్యము
proficient .(a.) ప్రావీణ్యము గల
profile :(n.) పార్శ్వముఖచ్ఛాయ
profit :(n.) : లాభము

profitable :(a.) లాభకరమైన
profligate :(n.) దుష్టుడు
profound :(a.) గంభీరమైన
profuse (a.) ధారాళమైన
profusely .(adv.) అధికముగా
progeny :(n.) సంతానము
prognostic (a) సూచకమైన
programme .(n.) కార్యక్రమము
progress :(n.) అభివృద్ధి
progressive (a.) అభివృద్ధి పొందుచున్న
prohibit :(v.t.) కూడదను
prohibition :(n.) నిషేధము
project .(n.) ఏర్పాటు; యోచన
prolific :(a.) విస్తారముగా ఫలించెడు
prologue (n.) నాంది
prolong :(v.t.) పొడిగించు
prominence :(n.) ప్రాధాన్యము
prominent (a.) ప్రధానమైన
prominently . (adv.) ప్రధానముగా
promise :(n.) వాగ్దత్తము (v.t.) వాగ్దత్తము చేయు
promote :(v.t.) వృద్ధిచేయు
promotion :(n.) అభివృద్ధి
prompt :(a.) చురుకైన
promugation :(n.) ప్రకటన
prone :(a.) ఇష్టముగల
pronoun :(n.) సర్వనామము
pronounce :(v.t.) ఉచ్చరించు
pronunciation :(n.) ఉచ్చారణ
proof :(n.) నిదర్శనము; రుజువు
propaganda :(n.) ప్రచారము
propagate :(v.t.) వ్యాపింపజేయు

propel (v t.)ముందుకికి త్రోయు
propensity :(n.)ఇష్టము
proper '(a)తగిన
properly (adv.)తగినట్లు
property (n)గుణము; ఆస్తి
prophecy (n)జోస్యము
prophet '(n)దేవదూత
propitious (a)కృపగల
proportion (n.)వంతు; సంబంధ సామ్యము
proposal '(n)యోచన
propose (v t)ఉపపాదించు
proposition .(n)ప్రతిపాదన
proprietor '(n)యజమానుడు
propriety (n)మర్యాద
propulsion (n)ముందుకు త్రోయుట
prorogue '(v.t)నిలుపు
prosaic (a)రసహీనమైన
proscribe .(v t)నిషేధించు; బహిష్కరించు
prosecution :(n.)నేరము మోపుట
prosody .(n)ఛందశ్శాస్త్రము
prospect '(n)ఆశ; నమ్మకము
prospective '(a)ఎదురు చూడదగిన
prospectus :(n)ముఖ్య వివరములు గల ప్రకటన
prosper (v i)వర్ధిల్లు
prosperity :(n.)అభ్యుదయము
prosperous (a.)వృద్ధిపొందుచున్న
prostration :(n)సాష్టాంగ ప్రణామము
protect :(v.t)రక్షించు
protection :(n.)రక్షణ
protective (a)రక్షించెడు
protector (n)రక్షకుడు
protege (n)ఆశ్రితుడు
proteins '(n)మాంసకృత్తులు
protest (v t & v.i)ఆక్షేపించు
prototype (n.)మాదిరి
protractor (n)కోణమానిని
protrude (v t)ముందుకు వచ్చు
protuberance (n)ఉబుకు, వాపు
proud (a)గర్వము గల
proudly (adv)గర్వముగా
prove .(v.t)రుజువు చేయు
proverb (n)సామెత
proverbial .(a.)పేరుపడిన
provide (v t)అమర్చు
provided :(conj.)షరతు పైని
providence (n)దేవుడు
providential (a)దైవకృతమైన
province (n)రాష్ట్రము
provision (n)నిబంధన; ఏర్పాటు
provisional '(a)తాత్కాలికమైన
provocative '(a)కోపము పుట్టించు
provoke (v t)ప్రేరేపించు
prowess (n.)శౌర్యము
proximity (n.)సామీప్యము
proxy (n)బదులు, ప్రతినిధి
prudence .(n.)వివేకము; మితవ్యయము
prudent '(a)వివేకము గల
prune (v t)చక్కబెట్టు
psalm '(n)కీర్తన
pseudonym :(n)మారుపేరు
psychology (n.)మనస్తత్వశాస్త్రము

puberty (n)యౌవనదశ
public .(a.)బహిరంగమైన
publication (n.)ప్రచురణ
public house .(n)సత్రము
publicity .(n)వెల్లడిచేయుట
publish (v t)ప్రచురించు
publisher (n)ప్రచురణ కర్త
puerile .(a.)పసితనపు
puff (n)ఊదుట
pugnacious ·(a)కలహప్రియుడైన
pugnacity .(n.)కలహేచ్ఛ
puke ·(v t. & v i)వాంతి చేయు
pull (v t. & v i)ఈడ్చు, లాగు
pulley .(n.)కప్పీ
pulp (n)గిజరు; గుజ్జు
pulsate (v i)కొట్టుకొను
pulse (n)నాడి; కాయ ధాన్యము
pulverise (v t)పొడిచేయు
pump (n)ద్రవములను తోడెడు యంత్రము
pumpkin ·(n)గుమ్మడికాయ
pun (n)శ్లేష
punch ·(n)హాస్యగాడు
punctual ·(a)నియమిత సమయము తప్పని
punctuality ·(n.)సరిగా నియమిత కాలమందు చేయుట
punctuate ·(v.t.)విరామ చిహ్నముల నుంచు
puncture (n.)రంధ్రము
pungent :(a.)తీక్ష్ణమైన
punish (v t.)శిక్షించు
punishable (a)శిక్షార్హమైన
punishment (n)శిక్ష
punitive .(a)శిక్ష సం.
puny ·(a)చిన్న
pup :(n)కుక్క పిల్ల
pupa ·(n)కోశము
pupil .(n.)కంటిపాప; విద్యార్థి
puppet (n)కీలుబొమ్మ
puppy :(n.)కుక్కపిల్ల
purchase :(v t.)కొను
purchaser (n)కొనువాడు
pure (a)శుద్ధమైన
purgative (n)భేదిమందు
purge (v.t)పరిశుద్ధము చేయు
purify ·(v t.)పరిశుద్ధము చేయు
purity (n.)నిర్మలత్వము
purport (n.)భావము
purpose (n)ఉద్దేశ్యము
purposely (adv)కావలెనని
purse (n)డబ్బు సంచి
pursue .(v.t.)వెంబడించు
pursuit ·(n)వెంబడించుట
purulent ·(a.)చీముపట్టిన
purvey ·(v i)సామగ్రి ఇచ్చు
purview :(n)అవకాశము
pus :(n)చీము
push .(v.t.)త్రోయు
pushing ·(a.)చొరవగల
pusillanimous (a.)పిఱికిమైన
pustule :(n)పొక్కు
put .(v.t.)ఉంచు
putrefy .(v.i.)క్రుళ్లిపోవు
putrid (a.)క్రుళ్లిన

puzzle (v t)సంభ్రమ పఱచు
(n)చిక్కు ప్రశ్న; కలవరము
pygmy :(n.)పొట్టివాడు
pyramid .(n.)పిరమిడ్
pyre :(n)చితి
pyretic :(a)జ్వర సం
python (n)కొండచిలువ

Q

quack .(n.)బాతు అఱుపు; బూటకపు వైద్యుడు
quadrangle :(n)అంగణము
quadrilateral .(n.)చతుర్భుజము
quadruped .(n.)నాలుగు కాళ్ల జంతువు
quadruple (a & n)నాలుగు రెట్లు
quagmire .(n)చిత్తడినేల
quail :(v i)భయపడు
quaint :(a)వింతయైన
qualification (n.)అర్హత
qualify (v t. & v i.)అర్హత పొందు
quality :(n)గుణము
qualm .(n.)బాధ
quandary :(n.)సందిగ్ధము
quantity (n.)పరిమాణము
quantum (n.)మొత్తము
quarrel .(n.)కలహము (v i)కలహించు
quarrelsome (a)కలహస్వభావము గల
quarry (n)ఱాళ్లగని
quarter (n.)నాలుగవ వంతు
quarterly (a)మూడు మాసములకొకసారియైన
quash .(v i.)రద్దు చేయు
quay (n.)రేవు
queen .రాణి
queer (a)విపరీతమైన
quell :(v i.)అణచు
quench (v.i)తీర్చు
query (n)ప్రశ్న
quest .(n.)అన్వేషణము
question :(n.)ప్రశ్న
questionable (a.)వివాదాస్పదమైన
queue (n.)క్యూ, వరుస
questionnaire :(n)ప్రశ్నావళి
quibble .(n.)శ్లేష
quick :(a.)వేగమైన
quicklime :(n)కాల్చి చల్లార్చని సున్నము
quicksilver :(n)పాదరసము
quick-witted (a)బుద్ధి సూక్ష్మత గల
quiet :(a)ప్రశాంతమైన
quietus :(n)విడుదల
quill (n)ఈక
quilt :(n)పరుపు
quinine :(n)క్వయినా మందు
quintal .(n.)నూఱుకిలోలు
quintessence :(n.)సారము
quire :(n.)దస్తా
quit :(v i)విడిచిపెట్టు
quite .(adv.)పూర్తిగా
quiver :(n.)అమ్ములపొది :(v.i)వణకు
quittance :(n.)చెల్లు
quixotic .(a)విచిత్రమైన ప్రవర్తన గల
quiz :(n)విడి కథ; సమస్య
quota (n.)భాగము
quotable :(a.)తెలుపదగిన
quotation :(n)ఉదాహరణము
quote :(v i)దృష్టాంతముగా చెప్పు

quotient (n.)భాగహారలబ్ధము

R

rabbit .(n.)సీమకుందేలు
rabid (a.)పిచ్చి పట్టిన
rabies :(n.)పిచ్చి కుక్క కాటు వలన కలిగెడు రోగము
race .(n.)జాతి; పరుగెత్తు పందెము
racial (a.)జాతి సం
rack :(v.t.)హింసించు
racket :(n.)అల్లరి
racy (a.)రుచి గల
radiance .(n.)ప్రకాశము
radiant (a.)ప్రకాశవంతమైన
radiate (v.i.)ప్రసరించు
radiation (n.)ఉష్ణ వికిరణము
radical (a.)మూలము వరకు పోయెడు
radicate (v.t.)స్థిరముగునట్లు చేయు
radicle (n.)ప్రథమ మూలము
radish (n.)ముల్లంగి గడ్డ
radius (n.)వ్యాసార్థము
raft (n.)తెప్ప
rafter .(n.)ఇంటివాసము
rag (n.)చింపిగుడ్డ
rage (n.)కోపావేశము
ragged (a.)చినిగిన
raid (v.t.)దండెత్తు
rail (n.)కమ్మి (v.i.)దూషించు
railing (n.)కంచె
raillery :(n.)పరిహాసము
raiment (n.)దుస్తులు
rain :(n.)వాన
rainbow :(n.)ఇంద్రధనుస్సు
rainfall (n.)వర్షపాతము
rain-gauge (n.)వర్షమాని
rainy .(a.)వానగల
raise :(v.t.)ఎత్తు, పెంచు, సేకరించు
rake (n.)పండ్లకోల
rally (n.)సమ్మేళనము
ram :(n.)గొర్రెపోతు
ramble (v.i.)తిరుగు
rambler (n.)సంచారి
ramify :(v.t.)విభజించు
rammer (n.)దిమ్మెస
rampant (a.)ప్రబలముగానున్న
rancour (n.)పగ; ద్వేషము
random (a.)గ్రుడ్డివేటుగా
range (n.)వరుస
rank .(n.)శ్రేణి; స్థానము
ransack (v.t.)పూర్తిగా దోచుకొను
ransom (v.t.)సొమ్మిచ్చి విడిపించు
rap (v.t.)తట్టు
rapacious (a.)అత్యాశగల
rape (v.t.)మానభంగము చేయు
rapid (a.)వేగమైన
rapine (n.)కొల్ల
rapt (a.)పరవశమైన
rapture :(n.)పారవశ్యము
rare (a.)అరుదైన
rarely (adv.)అరుదుగా
rascal (n.)దుష్టుడు
rash .(a.)యోచనలేని
rat (n.)ఎలుక
ratable .(a.)వెలకట్టదగిన
rate (n.)ధర, వెల; పన్ను

ratepayer:(n.)స్థానికమైన పన్ను చెల్లించువాడు
rather (adv.)కొంచెము
ratify :(v.t.)ఆమోదించు
ratio (n.)నిష్పత్తి
ration (n.)దినబత్తెము
rational (a.)వివేకము గల
rationale .(n.)కారణములు
rationalist (n.)హేతువాది
rattan (n.)పేము
rattle .(n.)గలగలధ్వని
raucous (a.)గద్గదమైన
ravage .(n.)ధ్వంసము
rave :(v.i.)పలవరించు
ravel .(v.t.)చిక్కుతీయు
raven .(n.)మాలకాకి
ravine (n.)కనుమ
ravish (v.t.)చెఱచు
ravishing (a.)మనోహరమైన
raw :(a.)పచ్చి; ముడి; అనుభవము లేని
ray (n.)కిరణము
raze .(v.t.)నాశనము చేయు
razor :(n.)మంగలి కత్తి
reach (v.t.)చేరు(n.)అందుబాటు
react :(v.t.)తిరిగి చేయు
reaction :(n.)ప్రతిచర్య
reactionary .(a.)వెనుకకు పోవునట్టి
read :(v.t & v.i.)చదువు
reader (n.)పాఠకుడు; వాచకము
readily :(adv.)వెంటనే
reading (n.)చదువుట
ready :(a.)సిద్ధముగానున్న
ready-made :(a.)చేయబడి తయారుగానున్న
real :(a.)నిజమైన
realise :(v.t.)గ్రహించు
reality (n.)నిజస్థితి
realm :(n.)రాజ్యము; ప్రదేశము
really .(adv.)నిజముగా
ream .(n.)ఇరువది దస్తాలు
reap .(v.t.)ఫలము పొందు; పంట కోయు
reaping :(n.)పంటకోత
rear :(a.)వెనుకటి(v.t.)పెంచు
reason :(n.)కారణము
reasonable :(a.)న్యాయమైన
reassert .(v.t.)తిరిగి చెప్పు
rebate (n.)తగ్గింపు
rebel (v.i.)తిరుగబడు
rebellion :(n.)తిరుగుబాటు
reborn (a.)తిరిగి పుట్టిన
rebound .(v.i.)ఎగయు
rebuff (n.)గద్దింపు
rebuke (n.)తిట్టు; ఖండనము
rebut (v.t.)ఎదురువాదము చెప్పు
recall (v.t.)జ్ఞాపకమునకు తెచ్చుకొను
recapitulation :(n.)చెప్పిన విషయమునకు సంగ్రహము
receipt :(n.)రసీదు
receive .(v.t.)పుచ్చుకొను
recent :(a.)ఇటీవలి
recently :(adv.)ఇటీవల
receptacle .(n.)ఆధారము
reception .(n.)స్వాగతోత్సవము
recess (n.)విరామకాలము

recession .(n.)వ్యాపారమాంద్యము
recipient :(n.)గ్రహీత
reciprocal (n.)విలోమరాశి(a.)అన్యోన్యమైన
reciprocrate (v t)పరస్పరము ఇచ్చిపుచ్చుకొను
recital .(n)అప్పగింత
recitation (n)అప్పగింత
recite :(v t)అప్పగించు
reckon :(v.t.)లెక్కపెట్టు
reclaim (v t)చక్కదిద్దు
recline :(v i.)ఆనుకొను
recluse (a)ఏకాంతముగానున్న
recognise (v t)గుర్తించు
recognition (n)గుర్తింపు
recoil :(v.i)వెనుకకుబోవు
recollect :(v i)జ్ఞప్తికి తెచ్చుకొను
recollection :(n)జ్ఞాపకశక్తి
recommend (v t)సిఫారసు చేయు
recommendation (n)సిఫారసు
reconcile:(v t.)సమాధానపఱచు
reconciliation :(n)రాజీ
reconsider :(v t)మరల ఆలోచించు
reconsideration :(n)పునరాలోచన
record :(v.t)వ్రాసిపెట్టు(n.)దస్తావేజు
recount (v.t.)చెప్పు
recover :(v.t.)మరల స్వాధీనము చేసికొను
recreation :(n)వినోదకాలక్షేపము
recruit .(v.t.)క్రొత్తగా చేర్చుకొను
rectangle :(n.)దీర్ఘ చతురస్రము
rectify .(v.t.)సరిదిద్దు
rectum (n.)పురీషనాళము
recur (v i.)మరల సంభవించు
recurring (a)తిరిగి తిరిగి వచ్చెడు
red :(a.)ఎఱ్ఱని(n.)ఎఱుపు రంగు
redeem :(v t)వెలపెర్చు
redeemer :(n)రక్షకుడు
redemption .(n.)విమోచనము
redhanded :(a)అప్పుడే నేరము చేసిన
red-hot :(a.)ఎఱ్ఱగా కాలిన
redness :(n.)ఎఱుపు
redress (v.t)సరిదిద్దు
reduce (v t.)తగ్గించు
reduction .(n.)తగ్గింపు
redundant .(a)అతిశయమైన
reed .(n)రెల్లు
reef (n)గట్టు
reek .(n)ఆవిరి
reel (v.i)తూలుచు నడచు
re-enforce :(v t)బలపఱచు
re-enter (v t & v i.)తిరిగి ప్రవేశించు
refection .(n.)అల్పాహారము
refer :(v t.)సూచించు; అడుగు
referee (n.)మధ్యస్థుడు
reference (n)ఉదాహరించుట
refine (v t)పరిశుద్ధము చేయు
refinement :(n.)నాగరకత
refinery (n)శుద్ధము చేయు కర్మాగారము
reflect :(v.i)తలపోయు
reflection :(n.)పరావర్తనము
reflective .(a)ఆలోచన గల
reflux :(n.)పోటు
reform .(n)సంస్కరణ(v.t)సంస్కరించు
reformation .(n.)సంస్కరణ

refraction :(n.) వక్రీభవనము
refrain :(v.i.) తొలగు
refrain :(n.) పల్లవి
refresh :(v.t.) సేద దీర్చు
refreshment :(n.)అల్పాహారము
reft :(n.)బీట
refuge :(n.)ఆశ్రయము
refugee :(n.)శరణార్థి
refund :(v.t.)త్రిప్పి ఇచ్చు
refusal :(n.)నిరాకరణము
refuse :(v.t.)తిరస్కరించు
refute :(v.t.)ఖండించు
regain :(v.t.)మరల పొందు
regal :(a.)రాజ సం.
regale :(n.)గొప్పవిందు
regalia :(n.)రాజచిహ్నములు
regard :(n.)లక్ష్యము, గౌరవము
(v.t.)తలచు; గౌరవించు
regarding :(p.)గురించి
regardless :(a.)లక్ష్యము లేని
regent :(n.)రాజప్రతినిధి
regicide :(n.)రాజహత్య
regime :(n.)రాజ్యపాలన
regiment :(n.)గొప్ప సైన్యవిభాగము
region :(n.)ప్రాంతము
regional :(a.)ప్రాంతీయ
register :(a.)రిజిస్టరు; పట్టీ
regressive :(a.)తిరోగమనమైన
regret :(v.t.)విచారించు
regrettable :(a.)విచారింపదగిన
regular :(a.)సక్రమమైన
rehearse :(v.t.)తిరిగి చెప్పు
reign :(n.)ఏలుబడి
rein :(n.)కళ్లెపు పగ్గము
reindeer :(n.)ధ్రువపు జింక
reinless :(a.)కళ్లెము లేని
reiterate :(v.t.)నొక్కి చెప్పు
reject :(v.t.)నిరాకరించు
rejoice :(v.i.)సంతోషించు
rejoin :(v.t.)మరల చేరు
relate :(v.t.)చెప్పు
related :(a.)సంబంధము కల
relation :(n.)సంబంధము; చుట్టము
relative :(n.)చుట్టము
relativity :(n.)తారతమ్యము
relay :(v.t.)ప్రసారము చేయు
release :(v.t.)విడిచిపెట్టు
relegate :(v.t.)పంపి వేయు
relent :(v.i.)కనికరపడు
relevant :(a.)సంబంధము కల
reliable :(a.)నమ్మదగిన
reliance :(n.)నమ్మకము
relic :(n.)శేషము
relief :(n.)సాహాయ్యము
relieve :(v.t.)ఉపశమనము చేయు
religion :(n.)మతము
relinquish :(v.t.)విడిచిపెట్టు
relish :(v.t.)ఇష్టపడు
reluctant :(a.)ఇష్టములేని
remain :(v.i.)ఉండు, మిగులు
remainder :(n.)శేషము
remand :(n.)చెఱ
remark :(v.t. & v.i.)గుర్తించి చెప్పు
remarkable :(a.)అసాధారణమైన
remedy :(n.)మందు; పరిహారము
remember :(v.t.)జ్ఞాపకముంచుకొను

refraction :(n.) వక్రీభవనము
refrain :(v.i.) తొలగు
refrain :(n.) పల్లవి
refresh :(v.t.) సేద దీర్చు
refreshment :(n.)అల్పాహారము
reft :(n.)బీట
refuge :(n.)ఆశ్రయము
refugee :(n.)శరణార్థి
refund :(v.t.)త్రిప్పి ఇచ్చు
refusal :(n.)నిరాకరణము
refuse :(v.t.)తిరస్కరించు
refute :(v.t.)ఖండించు
regain :(v.t.)మరల పొందు
regal :(a.)రాజ సం.
regale :(n.)గొప్పవిందు
regalia :(n.)రాజచిహ్నములు
regard :(n.)లక్ష్యము, గౌరవము
(v.t.)తలచు; గౌరవించు
regarding :(p.)గురించి
regardless :(a.)లక్ష్యము లేని
regent :(n.)రాజప్రతినిధి
regicide :(n.)రాజహత్య
regime :(n.)రాజ్యపాలన
regiment :(n.)గొప్ప సైన్యవిభాగము
region :(n.)ప్రాంతము
regional :(a.)ప్రాంతీయ
register :(a.)రిజిస్టరు; పట్టీ
regressive :(a.)తిరోగమనమైన
regret :(v.t.)విచారించు
regrettable :(a.)విచారింపదగిన
regular :(a.)సక్రమమైన
rehearse :(v.t.)తిరిగి చెప్పు
reign :(n.)ఏలుబడి

rein :(n.)కళ్లెపు పగ్గము
reindeer :(n.)ధ్రువపు జింక
reinless :(a.)కళ్లెము లేని
reiterate :(v.t.)నొక్కి చెప్పు
reject :(v.t.)నిరాకరించు
rejoice :(v.i.)సంతోషించు
rejoin :(v.t.)మరల చేరు
relate :(v.t.)చెప్పు
related :(a.)సంబంధము కల
relation :(n.)సంబంధము; చుట్టము
relative :(n.)చుట్టము
relativity :(n.)తారతమ్యము
relay :(v.t.)ప్రసారము చేయు
release :(v.t.)విడిచిపెట్టు
relegate :(v.t.)పంపి వేయు
relent :(v.i.)కనికరపడు
relevant :(a.)సంబంధము కల
reliable :(a.)నమ్మదగిన
reliance :(n.)నమ్మకము
relic :(n.)శేషము
relief :(n.)సాహాయ్యము
relieve :(v.t.)ఉపశమనము చేయు
religion :(n.)మతము
relinquish :(v.t.)విడిచిపెట్టు
relish :(v.t.)ఇష్టపడు
reluctant :(a.)ఇష్టములేని
remain :(v.i.)ఉండు, మిగులు
remainder :(n.)శేషము
remand :(n.)చెఱ
remark :(v.t. & v.i.)గుర్తించి చెప్పు
remarkable :(a.)అసాధారణమైన
remedy :(n.)మందు; పరిహారము
remember :(v.t.)జ్ఞాపకముంచుకొను

response (n.)బదులు
responsibility :(n.)బాధ్యత
rest (n.)విశ్రాంతి
restaurant (n.)భోజన వసతి గృహము
restless (a.)కలత చెందిన
restrain :(v.t.)అడ్డగించు
restriction (n)నియమము
result (n)ఫలితము
resume (n)సంగ్రహము
retail :(n.)చిల్లర వ్యాపారము
retain :(v t)నిలిపి యుంచు
retaliation (n.)ప్రతీకారము
retard (v t.)ఆటంకపఱచు
retention :(n)జ్ఞాపకశక్తి
retinue (n.)పరివారము
retire :(v i)విశ్రాంతి గైకొను
retreat (v i.)వెనుకకు తగ్గు
retrench (v t)తగ్గించు
retrieve :(v t.)బాగుచేయు
retrograde :(a.)వెనుకకు పోవునట్టి
retrospect (n.)గతావలోకనము
return .(v.i)తిరిగి వచ్చు
reveal .(v.t)తెలియజేయు
revenge :(n.)ప్రత్యపకారము
revengeful :(a)పగపట్టిన
revenue (n)రాబడి
reverberation (n.)ప్రతిధ్వని
reverence :(n.)భక్తి
reverend .(a)పూజ్యుడైన
reverie :(n.)పరధ్యానము
reverse :(n.)అపజయము
revert .(v.t.)తొల్లిటి స్థితికి పంపు
review (n.)పునర్విమర్శనము

revise (v t)చూచి సవరించు
revival :(n)పునరుద్ధరణము
revive (v t.)పునరుద్ధరించు
revoke .(v.t)రద్దు చేయు
revolt :(n)తిరుగుబాటు
revolution .(n)విప్లవము
revolutionary :(a)విప్లవకరమైన
revolve (v t & v i)చుట్టి వచ్చు
revulsion (n)అసహ్యము
reward .(n)బహుమానము
rheumatism .(n)కీళ్లవాతము
rhinoceros .(n)ఖడ్గమృగము
rhyme :(n)అంత్యప్రాసము
rhythm (n)తాళము, లయ
rib .(n)ప్రక్క ఎముక
ribbon .(n.)నాడా, నవారు
rice :(n)బియ్యము
rich :(a)ధనవంతుడైన
richness (n.)ఐశ్వర్యము
rid (v t)తప్పించు
riddance (n)విమోచనము
riddle (n)కఠిన సమస్య; జల్లెడ
ride .(v t)సవారిచేయు
ridge :(n.)గట్టు
ridicule (n.)ఎగతాళి
rife (a.)అంతటనున్న
rift (n.)పగులు, బీట
right .(a)న్యాయమైన, సరియైన
righteous (a.)న్యాయబుద్ధిగల
rigid :(a.)కఠినమైన
rigorous .(a)కఠినమైన
rim :(n.)అంచు
ring .(n)ఉంగరము

ringleader :(n)మొనగాడు
rinse (v.t)నీటిలో జాడించు
riot (n.)దొమ్ములాట
rip (v t.)చీల్చు
ripe (n)పండిన
ripple (n)చిన్న అల
rise ·(v i)లేచు, ఉదయించు
rising (a.)ఉదయించుచున్న
risk :(n.)హాని
risky· (a)అపాయమైన
rituals (n)కర్మకాండ
rival (n)పోటీదారుడు
rivalry (n)పోటీ
rive .(v t.)చీల్చు
river (n.)నది
rivet ·(n.)ఇనుపచీల
rivulet (n)చిన్న ఏఱు
road (n.)బాట
roam ·(v.i)ఊరక తిరుగు
roar (v i)గర్జించు
roast :(v t)వేచు
rob (v t.)దోచుకొను
robber .(n)దొంగ
robbery (n)దొంగతనము
robe ·(n.)అంగీ
robust ·(a)బలము గల
rock ·(n)పెద్దబండ
rocket (n)తారాజువ్వ, రాకెట్
rod ·(n)కమ్మి
roe ·(n.)ఆడుదుప్పి
rogue (n)మోసగాడు
roguery (n)మోసము
role .(n)వర్త్య; పాత్ర
roll :(v.t)దొర్లించు
romance :(n)కల్పితకథ
roof ·(n)ఇంటిపైకప్పు
roofless ·(a)పైకప్పులేని
room (n.)గది; చోటు
roomy (a.)విశాలమైన
root (n)వేరు; ధాతువు
rope ·(n)లావు త్రాడు
rosary (n)జపమాల
rose .(n.)గులాబి పువ్వు
rose-water (n)పన్నీరు
rosewood ·(n.)నల్లచేవ మ్రాను
rot .(v i.)క్రుళ్లు
rotate ·(v i)చక్రము వలె తిరుగు
rotation (n.)భ్రమణము
rote ·(n.)వల్లె, సంత
rotten .(a)క్రుళ్లిన
rough .(a.)కఱుకైన
roughly (adv)సుమారుగా
round (a.)గుండ్రని
roundabout .(a.)చుట్టు
roundness (n) గుండ్రదనము
rouse .(v t.)నిద్ర లేపు; పురిగొల్పు
rout (v.t.)ఓడించు
route .(n)మార్గము
routine ·(n.)వాడుక
rove .(v.t & v.i.)తిరుగు
row ·(n)అల్లరి; వరుస
rowdy (n.)కలహశీలుడు
royal (a.)రాజార్హమైన
royally .(adv)రాజు వలె
royalty (n.)కప్పము
rub :(v i)రాచు(n)ఆటంకము

rubber :(n.)రాచువాడు; రబ్బరు

rubbish :(n.)చెత్త

ruby .(n.)కెంపు

rudder :(n.)చుక్కాని

ruddy :(a.)ఎఱ్ఱని

rude :(a.)మోటైన

rudely :(adv.)మోటుగా

rudiment :(n.)మూలము

rueful (a.)దుఃఖకరమైన

ruffian .(n.)పాతకుడు

ruffle .(n.)కలత

rug :(n.)కంబళి

rugged (n.)పెడసరమైన

ruin (v.t.)పాడుచేయు

ruinous (a.)వినాశకరమైన

rule:(n.)అధికారము, నిబంధన(v.t.)ఏలు

ruler :(n.)ప్రభువు

rumble .(v.i.)మెల్లగా గర్జించు

ruminate :(v.t. & v.i.)నెమరు వేయు

rummage .(n.)అన్వేషణము

rumour .(n.)వదంతి

rump :(n.)పిఱుదు

rumple (n.)ముడత

run .(v.i.)పరుగెత్తు(n.)పరుగు; చిన్న ఏఱు

ruddy :(a.)ఎఱ్ఱని

rude .(a.)మోటైన

rudely :(adv.)మోటుగా

rudiment :(n.)మూలము

rueful :(a.)దుఃఖకరమైన

ruffian :(n.)పాతకుడు

ruffle :(n.)కలత

rug .(n.)కంబళి

rugged .(n.)పెడసరమైన

ruin .(v.t.)పాడుచేయు

ruinous .(a.)వినాశకరమైన

rule :(n.)అధికారము; నిబంధన(v.t.)ఏలు

ruler :(n.)ప్రభువు

rumble :(v.i.)మెల్లగా గర్జించు

ruminate (v.t. & v.i.)నెమరు వేయు

rummage (n.)అన్వేషణము

rumour (n.)వదంతి

rump (n.)పిఱుదు

rumple (n.)ముడత

run (v.i.)పరుగెత్తు(n.)పరుగు; చిన్న ఏఱు

rupee .(n.)రూపాయి

rupture (n.)పగులు; కలహము

rural (a.)గ్రామ సం.

ruse .(n.)తంత్రము

rush :(v.i.)వేగముతో పోవు(n.)రెల్లు

rust .(n.)త్రుప్పు

rustic :(a.)పల్లెటూరి(n.)పల్లెటూరివాడు

rusticity (n.)మోటుదనము

rustle :(n.)మర్మర ధ్వని

rustling :(n.)మర్మర ధ్వని

rusty :(a.)త్రుప్పు పట్టిన

ruth :(n.)కనికరము

ruthless .(a.)కనికరము లేని

ryot :(n.)సేద్యకాడు

S

Sabbath : (n) క్రైస్తవుల విశ్రాంతి దినము

sabre (n) వంకరైన పట్టాకత్తి

sac : (n) సంచి

saccharine . (a) చక్కెరస్వభావము గల
sack . (n) గోనెసంచి
sacrament . (n) సంస్కారము
sacred . (a) పవిత్రమైన
sacrifice (n) త్యాగము; బలి (vt) త్యాగము చేయు
sacrilege . (n) దైవదూషణము (n) దైవద్రోహిమైన
sacrilegious (a) దైవద్రోహిమైన
sad . (a) విచారముగల
sadden . (vt) దుఃఖపెట్టు
saddle . (n) జీను; పదవి
sadly . (adv) దుఃఖముగా
sadness . (n) విచారము
safe : (a) భద్రమైన
safeguard (n) రక్షణము
safely (adv) భద్రముగా
safety . (n) రక్షణము; క్షేమము
saffron . (n) కుంకుమపువ్వు
sagacious : (a) వివేకముగల
sagacity : (n) తీక్ష్ణబుద్ధి
sage : (n) వివేకి; ఋషి
Sagittarius (n) ధనుస్సు
sago : (n) సగ్గుబియ్యము
said : (a) పైన చెప్పబడిన
sail : (n) తెరచాప;ఓడ;సముద్ర యానము
(vi) ఓడలో పోవు
sailor . (n) నావికుడు
saint . (n) ఋషి; పునీతుడు
saintly . (a) పవిత్రమైన
sake . (n) నిమిత్తము
salable . (a) అమ్ముడుపోవునట్టి
salaried . (a) జీతముగల
salary . (n) జీతము
sale : (n) అమ్మకము
salesman (n) అమ్మువాడు
salient . (a) ప్రధానమైన
saline . (a) ఉప్పని
saliva (n) లాలాజలము
sallow . (a) పాలిపోయిన
sally . (n) నిర్గమనము
salmon : (n) ఒకజాతిచేప
saloon . (n) అందమైన పెద్దగది
salt . (n) ఉప్పు
saltish . (a) ఉప్పని
saltness . (n) ఉప్పదనము
saltpetre . (n) సురేకారము
salubrious . (n) ఆరోగ్యకరమైన
salutary . (a) శ్రేయస్కరమైన
salutation : (n) అభివందనము
salute . (n) నమస్కారము (vt)నమస్కరించు
salvation (n) ముక్తి; రక్షణము
salver . (n) తాంబాళము
salvo . (n) సాకు; నెపము
same . (a) ఒకేమాదిరియైన
sample : (n) మాదిరి
sanative : (a) ఆరోగ్యకరమైన
sanatorium . (n) ఆరోగ్యాశ్రమము
sanctify : (vt) పవిత్రముచేయు
sanction (n) అనుమతి(vt) ఆజ్ఞ ఇచ్చు
sanctity . (n) పావనత్వము
sanctuary . (n) గర్భగుడి

sand (n) ఇసుక
sandals : (n) పాదరక్షలు
sandalwood : (n) గంధపుచెక్క
sandpaper . (n) గీఱుకుకాగితము
sane : (a) వెఱ్ఱిలేని
sanguine : (a) రక్తపుష్టిగల
sanitary : (a) ఆరోగ్యరక్షణ సం.
sanitation (n) ఆరోగ్యరక్షణము
sanity : (n) బుద్ధిస్వాధీనము
Sanskrit (n) సంస్కృతము
sap (n) సారము; రసము(n) పీల్చు
sapful : (a) రసముగల
sapid : (a) రుచిగల
sapidity . (n) రుచి
sapience : (n) జ్ఞానము
sapient . (a) జ్ఞానముగల
sapless (a) రసములేని
sapling (n) మొలక
sarcasm : (n) అపహాస్యము
sarcastic : (a) ఎత్తిపొడుచునట్టి
sardonic (a) వికృతమైన
sarsaparilla : (n) సుగంధపాల
Satan (n) పిశాచాధిపతి
satchel : (n) చిన్నసంచి
sate : (vt) తృప్తిపఱచు
satellite : (n) ఉపగ్రహము
satiate . (vt) సంపూర్ణముగ తృప్తి పఱచు
satiation . (n) సంతుష్టి
satire . (n) అపహాస్యముతోకూడిన దూషణకావ్యము
satisfaction : (n) తృప్తి
satisfactory : (a) తృప్తికరమైన
satisfy (vt) తృప్తిపఱచు
saturate . (vt) పూర్ణముగనింపు
saturation . (n) సంతృప్తము
Saturday : (n) శనివారము
Saturn : (n) శనిగ్రహము
saucer (n) చిన్నపళ్లెము
saucy : (n) అణకువలేని
savage . (a) క్రూరమైన; అనాగరక మైన
(n) అనాగరకుడు
savant : (n) పండితుడు
save (vt) రక్షించు(p) తప్ప
saviour . (n) రక్షకుడు
savour (n) రుచి, గుణము
savourless : (a) రుచిలేని
savoury (a) ఇంపైన
saw . (n) ఱంపము
say . (vt) చెప్పు
saying (n) సామెత, వాక్యము
scabbard : (n) ఖడ్గకోశము
scabies (n) గజ్జి
scaffold : (n) పరువంజా
scale : (n) కొలతబద్ద; పొలుసు; త్రాసుసిబ్బి(vt) ఎక్కు
scalp . (n) నెత్తి చర్మము
scamp . (n) అయోగ్యుడు
scamper . (vi) వేగముగా పరుగెత్తు
scandal : (n) అపవాదము
scandalize : (vt) అపకీర్తి కలిగించు
scandalous . (a) అపకీర్తికరమైన
scant (a) కొంచెము
scanty : (a) స్వల్పమైన
scapegoat (n) బలిపశువు

scapula · (n) అంసఫలకము
scar (n) గాయువు మచ్చ
scarce · (a) అరుదైన
scarcely (adv) తక్కువగా
scarcity (n) అరుదు;కఱవు
scare · (vt) బెదరించు
scarecrow . (n) వెఱబొమ్మ
scathing . (a) గాయపఱచెడు
scatter : (vt) చెదరగొట్టు
scavenge · (vt) ఊడ్చు; శుభ్రపఱచు
scene . (n) రంగము; దృగ్గోచరమగు ప్రదేశము
scenery (n) ప్రకృతిదృశ్యము
scent (n) వాసన
sceptic · (a) సందేహించెడు
scepticism (n) సందేహము
sceptre : (n) రాజదండము
schedule · (n) పట్టీ
scheme . (n) ఉపాయము;కుట్ర; ప్రణాళిక
schism : (n) భేదము
scholar (n) విద్యార్థి;పండితుడు
scholarship : (n) విద్యార్థివేతనము; పాండిత్యము
school : (n) పాఠశాల
schoolfellow · (n) సహాధ్యాయి
schooling : (n) చదువు
science · (n) శాస్త్రము
scientist (n) శాస్త్రవేత్త
scintillant . (a) తళతళమనెడు
scion : (n) పల్లవము
scissor (vt) కత్తిరించు
scissors : (n) కత్తెర
sclerotic (a) దృఢమైన
scoff (n) పరిహాసము(vi) పరిహసించు
scoffingly · (adv) ఎగతాళిగా
scold (n) తిట్టు; గద్దించు
scoldng · (n) తిట్టు
scope · (n) అవకాశము; ఉద్దేశ్యము
scorch . (vt) తగులబెట్టు
score · (n) ఇరువది; కారణము
scorn : (n) తిరస్కారము(vt) తిరస్కరించు
scornfully : (adv) తిరస్కారముగా
Scorpio (n) వృశ్చికరాశి
scorpion (n) తేలు
scot (n) పన్ను
scot-free : (a) పన్నులేని;హానిలేని
scoundrel · (n) దుష్టుడు
scour · (vt) రుద్దికడుగు
scourge · (n) కొరడా
scout . (n) బాలభటుడు;చారుడు
scowl (vi) కనుబొమ ముడివేయు
scramble . (vi) ప్రాకులాడు
scrap . (n) ముక్క
scrape . (vi) గోకు; తుఱుము
scraper : (n) కోరము
scratch . (vt) గోకు; గీచు
scrawl · (vt& vi) అశ్రద్ధగావ్రాయు
scream : (vt& vi) అఱచు(n.) అఱపు
screen · (n) తెర(v.t) రక్షించు
screw : (n)మరమేకు
scribble : (vt) తొందరగా వ్రాయు
scribe . (n) రచయిత; లేఖకుడు
script . (n) వ్రాతప్రతి; లిపి

Scripture (n) వేదము
scroll (n) కాగితపుచుట్ట
scrotum : (n) ముష్కగోణి
scrub (vt) తోము
scruple (n) న్యాయాన్యాయసంశయము
scrupulous : (a) న్యాయబుద్ధిగల
scrutinise : (vt) సరిచూచు
scrutiny (n) సూక్ష్మపరీక్ష
scuffle . (n) కలహము
sculptor : (n) శిల్పి
sculpture : (n) శిల్పవిద్య
scurrilous (a) దూషణచేసెడు
scurvy (n) శీతాదము
scythe (n) కొడవలి
sea . (n) సముద్రము
sea-breeze (n) సముద్రపుగాలి
seafarer (n) నావికుడు
seal : (n) ముద్ర; సీకా; ఒకసముద్ర జంతువు(vt) సీకావేయు
seam : (n) కుట్టు; అతుకు
seamster (n) కుట్టుపనివాడు
seaport . (n) ఓడరేవు
sear : (n) ఎండిపోయిన
search : (vt) వెదకు
seashore . (n) సముద్రతీరము
season : (n) కాలము; ఋతువు
seat : (n) ఆసనము(vt) కూర్చుండబెట్టు
sebacious . (a) క్రొవ్వు సం.
secede . (vt) వేఱగు
secession : (n) వేఱగుట
seclude : (vt) వేఱుగనుండజేయు
secluded : (a) వేఱైన
seclusion : (n) వేఱుగానుండుట
second : (a) రెండవ
secondary . (a) రెండవ; ముఖ్యము కాని
second-hand . (a) ప్రాత
secrecy : (n) రహస్యము(a) రహస్యమైన
secretary . (n) కార్యదర్శి
secretion : (n) స్రావము
secretly . (adv) రహస్యముగా
sect : (n) శాఖ;తెగ
section (n) భాగము
sector : (n) వృత్తఖండము
secular . (a) లౌకిక
secularism : (n) లౌకికభావము
secure . (vt) సంపాదించు
security : (n) రక్షణము; హామీ
sediment . (n) మస్టు
sedition : (n) రాజద్రోహము
seduce . (vt) దుర్మార్గమునకు త్రిప్పు
seducer : (n) దుర్బోధకుడు
sedulous . (a) విడువకపనిచేసెడు
see : (vt&vi) చూచు
seed . (n) విత్తనము
seedling : (n) మొక్క
seeing : (n) దృశ్యము
seek : (vt) వెదకు;కోరు
seem : (vi) కనబడు
seeming : (a) బయటికి కనబడెడు
seemingly : (adv) చూపునకు
seemly (a) యుక్తమైన
seer . (n) దీర్ఘదర్శి

segment . (n) ఖండము
segregate : (vt) వేఱుగనుంచు
seismograph : (n) భూకంపవేగము తెలిసికొనుటకు యంత్రము
seize : (vt) వశపఱచుకొను
seizure (n) పట్టుకొనుట
seldom : (adv) అరుదుగ
select : (vt) ఏరుకొను
selection . (n) ఏరుకొనుట
self . (n) తాను
self-conceit . (n) అహంకారము
self-confidence : (n) ఆత్మవిశ్వాసము
self-control . (n) దమము
self-deceit : (n) భ్రమ
self-defence : (n)ఆత్మరక్షణ
self-denial (n) వైరాగ్యము
self-devotion (n) ఆత్మార్పణము
self-evident . (a) ప్రత్యక్షమైన
self-help : (n) స్వయం సాహాయ్యము
self-importance : (n) గర్వము
selfish : (a) స్వార్థపరుడైన
selfishness . (n) స్వార్థపరత్వము
selfless (a) స్వార్థరహితమైన
self-made : (a) తనంతటతాను వృద్ధికివచ్చిన
self-praise . (n) ఆత్మస్తుతి
self-reliance : (n) స్వశక్తినేనమ్ముకొనుట
self-respect : (n) ఆత్మగౌరవము
self-sacrifice . (n) ఆత్మార్పణము
self-same . (a) అదే
self-seeker : (n) స్వప్రయోజనపరుడు
self-sufficiency . (n) స్వయంపోషకత్వము
self-violence : (n) ఆత్మహత్య
self-will : (n) హఠము; పట్టుదల
sell : (vt) అమ్ము
seller : (n) అమ్మెడువాడు
semblance : (n) పోలిక
semen (n) వీర్యము; శుక్రము
seminary : (n) పాఠశాల
senate : (n) శిష్టసభ
send : (vt) పంపు
senility : (n) వార్ధక్యము
senior (a) జ్యేష్ఠుడైన
sensation : (n) క్షోభము
sense : (n) ఇంద్రియము;జ్ఞానము; అర్థము
sensible : (a) వివేకముగల
sensitive (a) సున్నితమైన
sensual (a) విషయాసక్తుడైన
sensuality : (n) విషయాసక్తి
sentence : (n) వాక్యము; శిక్ష
sentient (a) చైతన్యముగల
sentiment . (n) భావము
sentinel . (n) కావలివాడు
sentry : (n) కావలి
separate : (vt) వేఱుచేయు(a) వేఱైన
separation (n) వేఱగుట
sepoy (n) సిపాయి
September : (n) సెప్టెంబరు
septic : (a) క్రుళ్లజేయునట్టి
sepulchre : (n) సమాధి

sequel (n) పైన జరుగబోవునది
sequence (n) అనుక్రమము
sere (a) ఎండిపోయిన
serene (a) ప్రశాంతమైన
serf : (n) దాసుడు
serfdom (n) దాస్యము
serial . (a) వరుసమైన
series . (n) పరంపర
serious (a) తీవ్రమైన
sermon . (n) ధర్మోపదేశము
serpent (n) పాము
serpentine (n) పాములవంటి
serum (n) రసి
servant (n) సేవకుడు
serve : (vt) సేవచేయు
service : (n) సేవ
serviceable . (a) ఉపయుక్తమైన
servitude (n) దాస్యము; సేవ
sesame (n) నువ్వులు
session (n) సభకూడుట; సమావేశము
set (n) జత, సమూహము (a) స్థిరమైన(vi)అస్తమించు(vt)అమర్చు
setback : (n) తగ్గుదల
set square (n) మూల మట్టము
settle (vt) నిర్ణయించు
settlement . (n) ఒప్పందము;తీర్పు
seven (n&a) ఏడు
sevenfold (a&adv) ఏడంతలు
seventeen (n&a) పదునేడు
seventy (n&a) డెబ్బది
sever (vt) ఖండించు
several (a) అనేకమైన
severally (adv) వేర్వేరుగ
severance . (n) ఛేదించుట
severe (a) తీవ్రమైన
sew (vt) కుట్టు
sewage (n) మురికినీటికాలువల ఏర్పాటు
sex (n) స్త్రీ పురుష భేదము
shabby (a) అసహ్యకరమైన
shackle . (n) సంకెల
shade (n) నీడ; చాటు
shadow . (n) ఛాయ;నీడ;ప్రతిబింబము
shady (a) నీడనిచ్చెడు
shaft (n) బాణము
shake . (vt) కదల్చు; (n) కదలిక
shaky (a) వణకుచున్న
shallow (a) లోతులేని
sham (n) మోసము
shame (n) సిగ్గు; అవమానము
shameless (a) సిగ్గుమాలిన
shape (n) ఆకారము
share . (n) భాగము
shareholder (n) భాగస్థుడు
shark (n) సొరచేప
sharp . (a) పదనైన; చురుకైన
sharpen . (vt) పదునుపెట్టు
sharper (n) మోసగాడు
shatter . (vt) నాశనముచేయు
shave (vt)క్షౌరముచేయు
shaver (n) క్షురకుడు
shaving (n) క్షౌరము
shawl : (n) శాలువ
she . (pro) ఆమె; ఈమె

sheaf . (n) వన
shear . (vt) కత్తిరించు
sheath . (n) కత్తిఒఱ
sheathe · (vt) ఒఱలోనుంచు
shed (vt) రాల్చు(n) కొట్టము; గుడిసె
sheep (n) గొఱ్ఱె
sheer . (a) శుద్ధమైన
sheet . (n) కాగితము; దుప్పటి
shell (n) పైపెంకు; గుల్ల
shelter (n) ఆశ్రయము
shelve · (vt) త్రోసియుంచు
shepherd :(n)గొఱ్ఱెల కాపరి
sheriff (n) ఒక అధికారి
shield · (n) డాలు
shift (n) మార్పు
shine · (vt) ప్రకాశించు(n) ప్రకాశము
ship : (n) ఓడ
shipwreck . (n) నౌకాభంగము
shirk : (vt) తప్పించుకొను
shirt . (n) చొక్కాయి
shiver : (vi) వణకు
shoal . (n) గుంపు
shock . (n) దెబ్బ;అఘాతము
shoe : (n) పాదరక్ష
shoot : (vt) కాల్చు
shop · (n) అంగడి
shore (n) తీరము
short (n) పొట్టి; కొంచెము
shortage . (n) కొఱత
shortcoming : (n) తప్పిదము
shortcut (n) అడ్డదారి
shorten . (vt) తగ్గించు
shortly : (adv) శీఘ్రముగనే
shot · (n) వేటు;గుండు
shoulder · (vt) వహించు(n) భుజము
shout (n) అఱపు(vt) అఱచు
shove : (vt) గెంటు
shovel (n) పాఱ
show . (vt) చూపు (n) ఆట; మాయ
shower : (n) చినుకులు
showy : (a) డంబమైన
shred . (n) చీలిక
shrew (n) గయ్యాళి
shrewd (a) సూక్ష్మబుద్ధిగల
shriek (n) కీచుమని అఱపు
shrill : (a) కీచుమనెడు
shrimp : (n) ముఱుగుజ్జు
shrine (n) దేవాలయము
shrink (vi) ముకులించు
shrivel · (vi) ముడుతలుపడు
shrub · (n) పొద
shrug (vi) భుజములనుకదిలించు
shrunken : (a) ముడుచుకొన్న
shudder . (vi) భయముచే వణకు
shuffle · (n) మార్పు
shun : (vt) విసర్జించు
shunt · (vt) తప్పించు
shut · (vt) మూయు
shuttle . (n) నాడె
shy : (a) సిగ్గుగల
sick (a) వ్యాధిగల; వినుగుచెందిన; డోకువచ్చునట్లున్న
sickle : (n) కొడవలి
sickness (n) వ్యాధి; వమనేచ్ఛ
side (n)ప్రక్క

side-glance :(n.)ఓరచూపు
sidereal :(a.)నక్షత్ర సం.
side-view :(n.)పార్శ్వదర్శనము
siege :(n.)ముట్టడి
sieve :(n.)జల్లెడ
sift :(v.t.)గాలించు
sigh :(n.)నిట్టూర్పు(v.i.)నిట్టూర్చు
sight :(n.)చూపు; వేడుక; దృశ్యము
sightly :(a.)అందమైన
sign :(n.)గుర్తు; చిహ్నము
signal :(n.)సంకేతము
signature :(n.)సంతకము
signet :(n.)ముద్రిక
significance :(n.)ప్రాముఖ్యము
significant :(a.)విశేషమైన
signify :(v.t.)తెలియజేయు
silence :(n.)నిశ్శబ్దము
silent :(a.)నెమ్మదియైన
silk :(n.)పట్టు
silkworm :(n.)పట్టుపురుగు
sill :(n.)గడప
silliness :(n.)అవివేకము; పిల్లతనము
silly :(a.)అవివేకియైన
silt :(n.)నీటి అడుగు బురద; ఒండ్రు మట్టి
silver :(n.)వెండి(v.t.)కళాయి వేయు
similar :(a.)సదృశమైన
similarity :(n.)పోలిక
simile :(n.)ఉపమానము
simmer :(v.i.)ఉడుకనారంభించు
simple :(a.)సామాన్యమైన
simpleton :(n.)అవివేకి
simplicity :(n.)సాధారణత్వము
simplify :తేటపఱచు; సూక్ష్మము చేయు
simply :(adv.)కేవలము
simulate :(v.t.)నటించు
simultaneous :(a.)ఏకకాలమందైన
simultaneously :(adv.)ఏకకాలమందు
sin :(n.)పాపము(v.i.)పాపము చేయు
since :(p.)నుండి(conj.)కనుక; నుండి(adv.)క్రిందట
sincere :(a.)చిత్తశుద్ధి కల
sincerity :(n.)చిత్తశుద్ధి
sinew :(n.)స్నాయువు
sinewy :(a.)కండ పుష్టి గల
sing :(v.t. & v.i.)పాడు
single :(a.)ఒక; ఒంటరియైన
singular :(a.)అసాధారణమైన
sinister :(a.)చెడ్డ
sink :(v.i.)మునుగు
sinner :(n.)పాపి
sip :(v.t. & v.i.)కొంచెము కొంచెముగ పీల్చు
siphon :(n.)పంపుగొట్టము
sir :(n.)అయ్యా
sire :(n.)తండ్రి
siren :(n.)సైరన్
sister :(n.)సోదరి; దాది
sister-in-law :(n.)వదినె
sit :(v.i.)కూర్చుండు
site :(n.)స్థలము
situated :(a.)ఉన్న
situation :(n.)స్థితి; ఉద్యోగము
six :(a. & n.)ఆరు
sixteen :(a. & n.)పదునారు

sixty .(n.)అరువది
size (n)పరిమాణము
skeleton (n)అస్థిపంజరము
sketch .(n)చూచాయ పటము లేక వర్ణన
skew .(a)వంకరయైన
skill .(n)నేర్పు
skin .(n)చర్మము
skin-deep (a.)పైపై
skip .(v i)గంతు(v.t.)విడిచిపెట్టిపోవు
skirt .(n.)పావడ; పరికిణీ
skull :(n.)పుర్రె
sky (n)ఆకాశము
slab (n.)పలక, ఘట్టము
slack .(a.)వదులైన; శ్రద్ధలేని
slackness ·(n.)అశ్రద్ధ
slag ·(n)చిట్టెము
slake (v t)చల్లార్చు
slander :(n)అపనింద
slang .(n)గ్రామ్యభాష
slant .(a)ఏటవాలైన
slap .(v.t)చరుచు
slash ·(v.t.)నరుకు
slate ·(n)పలక
slaughter (v.t.)వధించు
slave (n)బానిసీడు
slaver ·(n)చొంగ
slay ·(v.t.)చంపు
sledge :(n.)చక్రములు లేని బండి
sleek .(a)నున్నని
sleep ·(n)నిద్ర(v.i.)నిదురించు
sleight (n)మాయ
slender .(a)దుర్బలమైన
slice (n)బద్ద
slide .(v i.)జారు
slight :(a.)స్వల్పమైన
slight :(v t)అలక్ష్యము చేయు
slim ·(a.)సన్నని
slime .(n.)బంకమన్ను
sling ·(n.)ఒడిసెల
slip :(v.t.)జారవిడుచు(v i.)జారు
slippery ·(a)జారెడు
slipshod ·(a.)అశ్రద్ధయైన
slit ·(n.)పగులు
slope ·(n)ఏటవాలు
slot :(n.)కన్నము; చీట
sloth .(n)బద్ధకము
slovenly ·(a.)శుభ్రము లేని
slow (a.)మెల్లని
slowly ·(adv.)మెల్లగా
sludge ·(n.)బురద
slug ·(n.)సోమరి
sluggard .(n.)సోమరి
sluice .(n.)తూము; కాలువ
slumber :(n)కునుకు
slur :(n)కళంకము
sly .(a.)కపటమైన
slyness ·(n)కాపట్యము
smack .(n)చరుపు
small (a)చిన్న; కొద్ది
smallpox :(n.)మశూచికము
smart (a.)సూక్ష్మబుద్ధిగల; నీటైన
smash (v t.)పగులగొట్టు
smatter ·(n)అల్పజ్ఞానము
smear :(v t.)పూయు
smell :(n)వాసన(v.t.)వాసనచూచు

smile .(n)చిఱునవ్వు

smite .(v t.)కొట్టు; చంపు

smith (n.)లోహపు పనివాడు

smog .(n)పొగమంచు

smoke .(n)పొగ

smooth :(a)నున్నని

smuggle .(v t)దొంగ వ్యాపారము చేయు

snag :(n)ఆటంకము

snail .(n)నత్త

snake :(n.)పాము

snap (v t)చటుక్కున త్రెంచు

snare (n.)వల

snatch .(v t.)లాగుకొను

sneer (v i & v.t)అపహాస్యము చేయు

sneeze .(n)తుమ్ము

snivel :(n)చీమిడి

snore .(n)గుఱక

snot .(n.)చీమిడి; నీచుడు

snout .(n)పంది మొ. జంతువుల ముట్టె

snow (n)హిమము

snub .(v t)చీవాట్లు పెట్టు

snuff (n)నస్యము

snug (v i.)ముడుచుకొనిహాయిగా పడుకొను

so :(adv & conj)అలాగున; కనుక

soak .(v.t)నానబెట్టు

soap :(n.)సబ్బు

soar .(v i)పైకిపోవు

sob (v.i.)వెక్కి వెక్కి ఏడ్చు

sober .(a.)నెమ్మది గల

sociable (a)స్నేహ బుద్ధిగల

social (a)సాంఘికమైన

socialism (n.)సామ్యవాదము

society :(n.)సంఘము

sociology (n.)మానవసమాజ శాస్త్రము

sock .(n.)పొట్టిమేజోడు

socket .(n)పల్లము; గూడు

soda (n.)క్షారము; పానీయము

sofa :(n)సోఫా

soft (a)మృదువైన

soil .(n.)నేల; మన్ను; మృత్తిక

solace (n)ఓదార్పు

solar .(a.)సూర్య సం.

solder .(n)టంకపు పొడి

soldier .(n)సైనికుడు

sole (a.)ప్రత్యేకమైన; ఒకడే

solemn .(a)పవిత్రమైన

solicit (v t.)ప్రార్థించు

solicitude (n.)వ్యాకులము

solid .(n)ఘనపదార్థము

solidarity (n)సంఘీభావము

solidify .(v i.)ఘనీభవించు

solitary :(a)ఏకాంతమైన

solstice (n)అయనము

solubility .(n)కఱగెడు గుణము

solute .(n.)ద్రావితము

solution .(n)జవాబు; ద్రావణము

solve :(v t)స్పష్టపఱచు

solvent .(n.)ద్రావణి

sombre .(a)విచారముగానున్న

some:(pro & a. & adv)కొందఱు; కొన్ని; కొంత

somewhat (n.)కొంత

son (n)కొడుకు
song ·(n)పాట
songster ·(n)గాయకుడు
son-in-law .(n)అల్లుడు
sonorous (a)మ్రోగెడు
soon (adv)శీఘ్రముగ
soot .(n)పొగమసి
sooth ·(n)నిజము
soothe :(v t.)ఓదార్చు
soothsay (v i)భవిష్యత్తును చెప్పు
sop (n)లంచము
sophistry (n.)కుతర్కము
sorcerer :(n)మాంత్రికుడు
sorcery (n)మంత్ర విద్య
sordid .(a)నీచమైన
sore .(n.)పుండు
sorrow (n.)దుఃఖము
sorrowful (a)దుఃఖము గల
sorry :(a)దుఃఖము గల
sort (n.)విధము(v t)తరగతులుగా విర్పఱచు
soul :(n.)ఆత్మ
sound (a)గట్టి; న్యాయమైన(n.)ధ్వని
soup (n)పులుసు; చారు
sour (a)పుల్లని
source (n)మూలము
south .(n)దక్షిణము
south-east (n)ఆగ్నేయదిక్కు
south-west (n)నైరృతి దిక్కు
sovereign (n.)రాజు;రాణి;సార్వభౌముడు (a.)సార్వభౌమాధికారముగల
sovereignty.(n.)సార్వభౌమాధికారము
sow ·(v t & v i)విత్తు

space.(n)స్థలము, గగనము; రోదసి; అంతరిక్షము
spacious (a)విశాలమైన
spade (n.)పాఱ
span .(n.)కాలము; దూరము
spare :(v.t)ఇచ్చు
sparingly ·(adv)మితముగా
spark (n)అగ్నికణము
sparrow ·(n.)పిచ్చుక
spate :(n.)ప్రవాహము
spawl ·(n.)ఉమ్మి
speak .(v.t)చెప్పు
speaker (n)మాట్లాడువాడు; అధ్యక్షుడు
spear (n)బల్లెము; ఈటె
special .(a)ప్రత్యేకమైన
specific ·(a.)నిర్ణీతమైన
specify (v t)సూచించు; వివరించు
specimen :(n.)మాదిరి
speck .(n.)మచ్చ; అణువు
spectacle (n)దృశ్యము
spectacles ·(n)సులోచనములు
spectator (n)ప్రేక్షకుడు
spectrum .(n)రూపము
speculate (v t)యోచించు; ఊహించు
speculation (n)చట్టా వ్యాపారము
speech (n.)ఉపన్యాసము; మాటలాడుశక్తి
speechless (a.)మూగ
speed :(n.)వడి
spell ·(v t.)అక్షరక్రమము చెప్పు(n)మంత్రము
spell-bound .(a)మంత్రబద్ధుడైన
spelling (n)వర్ణక్రమము

spend :(v.t.)వెచ్చించు
spendthrift (n.)అతివ్యయము చేయు వాడు
sperm :(n.)వీర్యము; శుక్రము
sphere (n.)గోళము; మండలము
spherical (a.)గోళాకారము గల
spice (n.)సుగంధ ద్రవ్యము
spider (n.)సాలె పురుగు
spike .(n.)పెద్ద చీల
spill (v.t.)ఒలకబోయు
spin (v.t.)నూలువడుకు
spindle (n.)కదురు
spine (n.)ముల్లు; వెన్నెముక; వెన్ను
spinster .(n.)బ్రహ్మచారిణి
spirit (n.)ఆత్మ; ప్రాణము, ఉత్సాహము
spiritual (a.)ఆధ్యాత్మికమైన
spit .(v.i. & v.t.)ఉమియు
spite (n.)పగ; ద్వేషము
spittle :(n.)ఉమ్మి
splash .(v.t.)చిలుకరించు
splendid (a.)అద్భుతమైన
splendour :(n.)వైభవము
splinter (n.)బద్ద
split (v.t.)చీల్చు
spoil :(v.t.)చెరచు
spoke .(n.)బండిచక్రపు ఆకు; కమ్మి
spontaneous :(a.)అయత్నకృతమైన
spoon :(n.)గరిటె
sport (n.)క్రీడ; ఆట
sportive (a.)ఉల్లాసము గల
sportsman .(n.)క్రీడాకారుడు
spot .(n.)చోటు
spotless :(a.)నిష్కళంకమైన
spotted :(a.)మచ్చలుగల
spouse :(n.)భార్య
sprain :(n.)బెణుకు
spray :(n.)సన్న చినుకులు(v.t.)వెదజల్లు
spread .(v.t.)వ్యాపింపజేయు(v.i.)వ్యాపించు
sprightly :(a.)ఉల్లాసము గల
spring .(n.)వసంతకాలము; ఊట; తీగచుట్ట
sprinkle (v.t.)చల్లు
spume :(n.)నురుగు
spur (n.)ప్రేరేపణము
spurious (a.)కపటమైన
spurn :(v.t.)నిరాకరించు
spy (n.)గూఢచారి
squad .(n.)కొలది సమూహము
squander .(v.t.)వ్యర్థముగ ఖర్చు చేయు
square (n.)చతురస్రము
squash (n.)పానీయము
squat :(v.i.)కూర్చుండు
squeak (v.i.)కీచుమని అరచు
squeeze (v.t.)పిండు
squint (a.)మెల్లకన్నుగల
squire :(n.)భూస్వామి
squirrel (n)ఉడుత
stab (v.t.)పొడుచు
stability :(n.)నిలుకడ
stable :(a.)నిలుకడైన(n.)గుఱ్ఱపుశాల
stack :(n.)వామి; కుప్ప
stadium .(n.)క్రీడలు జరుగు స్థలము

staff :(n.)కఱ్ఱ; ఉద్యోగుల సముదాయము
stag .(n.)మగదుప్పి
stage :(n.)రంగస్థలము; మజిలీ
stagger (v.i.)ఊగులాడు
stagnant .(a.)నిలుకడయైన
stain :(n.)మచ్చ; అపకీర్తి
stainless :(a.)నిష్కళంకమైన
staircase (n.)మెట్లు
stale :(a.)క్రొత్తది కాని
stalk (n.)కాడ; తొడిమ
stall .(n.)అంగడి
stammer (v.i. & v.t.)నత్తిగా మాటలాడు
stamp .(n.)ముద్ర; తపాలా బిళ్ల
stand :(v.i.)నిలుచు
standard .(n.)ప్రమాణము
stanza :(n.)పద్యము
staple (a.)ముఖ్యమైన
star (n.)నక్షత్రము
starch .(n.)గంజి
stare .(v.t. & v.i.)తేఱిచూచు
start :(v.i.)ఆరంభించు
startle .(v.i.)ఉలికిపడు
starvation :(n.)పస్తు
starve :(v.i.)పస్తుండు
state :(n.)స్థితి; రాజ్యము
statement .(n.)వాఙ్మూలము, ప్రకటన
statesman :(n.)రాజనీతిజ్ఞుడు
static .(a.)చలనము లేని
statics :(n.)స్థితి శాస్త్రము
station (n.)స్థానము; పదవి
stationary :(a.)స్థిరమైన
stationery (n.)వ్రాత సాధనములు
statistics :(n.)గణాంకశాస్త్రము
statue :(n.)విగ్రహము; ప్రతిమ
stature :(n.)ఔన్నత్యము
status :(n.)అంతస్తు; పదవి
statute :(n.)చట్టము
staunch (a.)దృఢ విశ్వాసము గల
stay :(v.i.)ఉండు(v.t.)నిలుపు(n.)నిలుపుదల
steadfast .(a.)దృఢమైన
steady :(a.)నిలుకడయైన
steal :(v.t.)దొంగిలించు
stealth .(n.)రహస్యముగా జరిగించుట
stealthily .(adv.)రహస్యముగా
steam :(n.)ఆవిరి
steamer .(n.)ఆవిరి ఓడ
steed .(n.)గుఱ్ఱము
steel :(n.)ఉక్కు
steep :(a.)నిట్రమైన
steer :(v.t.)నడిపించు
stellar .(a.)నక్షత్ర సం
stem :(n.)కాడ
stench .(n.)కంపు
step :(n.)అడుగు; మెట్టు; చర్య
step-father .(n.)మాఱు తండ్రి
step-mother (n.)సవతి తల్లి
stereotyped :(a.)స్థిరమైన
sterile (a.)గొడ్డు
sterility (n.)గొడ్డుతనము
stern :(a.)కఠినమైన
stick :(n)కఱ్ఱ(v.i.)అంటుకొను
sticky :(a)అంటుకొనెడు(v.t.) అంటించు

stiff :(vi)కఠినమైన
stiffen (v i)బిగువగు
stifle .(v t)ఊపిరాడకుండ చేయు
stigma (n)వాత; కళంకము
stile ·(n.)గంటము
still (a.)నిశ్శబ్దముగానున్న; కదలని (adv)ఇప్పటికిని
stimulate (v.t)పురిగొల్పు
sting (n)కొండె(v t)కుట్టు
stink (n)కంపు
stipend .(n.)జీతము
stipulate (v t)నిర్ణయించు
stir (v i.)కదలు
stirrup ·(n)కిశాబు
stitch (n.)కుట్టు
stock .(v.t)చేర్చిపెట్టు
stockings (n)మేజోళ్లు
stomach (n.)కడుపు
stone (n)ఱాయి
stool .(n)స్టూలు
stoop (v i.)ముందుకు వంగు
stop :(v.t.)నిలుపు
stopper ·(n.)బిరడ
store ·(n)అంగడి(v.t)కూడబెట్టు
storey :(n.)అంతస్తు
stork (n)కొంగ
storm .(n.)తుపాను(v.t.)ముట్టడించు
story :(n.)కథ
stout :(a)స్థూలమైన
straight :(a.)తిన్నని
strain (v i.)ప్రయాసపడు
strait (n)జలసంధి
strange ·(a.)వింతయైన
stranger .(n)క్రొత్తవాడు
strangle ·(v t)గొంతు పిసికి చంపు
strap (n)నాడా
strategy (n)వ్యూహ రచనా విద్య
straw ·(n.)ఎండుగడ్డి
stray (a)తప్పి వచ్చిన
stream .(n)ప్రవాహము; వాగు
street (n)వీధి
strength .(n.)బలము
strengthen ·(v.t)నొక్కిచెప్పు
stretch :(v t)చాచు
strew .(v t)చల్లు
strict (a)కచ్చితమైన
stride .(n)పెద్దఅంగ
strife (n.)కలహము
strike ·(n)సమ్మె(v t)కొట్టు
striking .(a)ఆకర్షణీయమైన
string (n)దారము
stringent ·(a.)తీవ్రమైన
strip (n.)తునుక
stripe .(n)చాఱ
strive (v.i.)ప్రయత్నించు
stroke (n.)దెబ్బ; గీత
stroll .(n)విహారము
strong ·(a.)బలమైన
structure (n)నిర్మాణము
struggle (n)పోరాటము
stubborn (a.)హఠముగల
student ·(n.)విద్యార్థి
study ·(n)చదువు (v.t. & v.i.)చదువుకొను
stuff :(n)పదార్థము
stumble ·(v i.)తొట్రుపడు

stump (n)మొద్దు
stupid (a)తెలివిలేని
stupor (n)మైకము
sturdy (a)బలిష్ఠమైన
style (n)శైలి
subdue (v t)అణచు
subject (n)కర్త, విషయము
sublime (a)గంభీరమైన
submarine (n)జలాంతర్గామి
submerge (v t)మునిగిపోవు
submissive (a)విధేయుడైన
submit (v i)విన్నవించు
subscribe (v t)అంగీకరించు, చందాచేయు
subsequent (a)తరువాతి
subside (v i)అణగు
subsidy (n)సహాయధనము
subsistence :(n.)జీవనాధారము
substance (n)సారాంశము
substantiate (v t)నిరూపించు
substitute (n)బదులు
subtle (a.)సూక్ష్మమైన
subtraction (n)తీసివేత
succeed (v.i)గెలుపొందు
success (n)గెలుపు
succour (n)సాహాయ్యము
succumb (v i)లోబడు
such (a)అట్టి
suck (v t)పీల్చు
suddenly (adv)హఠాత్తుగ
sue (v t)వ్యాజ్యెము వేయు
suffer (v t)అనుభవించు
sufferance (n.)క్షమ
sufficient (a)వలసినంత
suffrage (n)సమ్మతి
sugar (n)చక్కెర
suggest (v t)సూచించు
suggestion (n.)సూచన
suicide (n)ఆత్మహత్య
suit (n)వ్యాజ్యెము; ప్రార్థన
suitable (a)తగిన
suitor (n)ప్రేమికుడు
sully (vt)మురికిచేయు
sulphur (n)గంధకము
sultry (n)ఉక్కగానున్న
sum (n)మొత్తము; లెక్క
summary (n)సంగ్రహము
summer (n)వేసవికాలము
summit (n.)శిఖరము
summon (vt)పిలుచు
sumptuous (a)విలువైన
Sun (n)సూర్యుడు
Sunday (n)ఆదివారము
sunstroke (n)వడదెబ్బ
superannuated (a)వృద్ధాప్యముచేత అశక్తుడైన
superficial (a)పైపైని
superfluous (a.)అనావశ్యకమైన
superhuman (n)దైవశక్తిగల
superior (a)శ్రేష్ఠమైన
supersede (vt)రద్దుచేయు
superstition (n)మూఢవిశ్వాసము
supervise (vt)పైవిచారణచేయు
supper (n)రాత్రిభోజనము
supplement :(n)అనుబంధము
supply (n.)సరఫరా

support (n)ఆధారము
suppose .(vt)ఊహించు
suppress.(vt)అణచు
supreme :(a.)సర్వోత్కృష్టమైన
sure .(a)నిశ్చయమైన
surface (n)ఉపరిభాగము
surge .(n.)పెద్దఅల
surgeon .(n.)శస్త్రవైద్యుడు
surmount .(vt)జయించు
surname '(n.)ఇంటిపేరు
surplus (n.)అధికము
surprise (n)ఆశ్చర్యము
surrender (vi.)లొంగిపోవు
surroundings '(n)పరిసరములు
survey (n)అవలోకనము
surviving (a)బ్రతికియున్న
suspect .(vt)సంశయించు
suspend .(vt)వ్రేలాడగట్టు
suspicion (n)సందేహము
sustain (vt)పొందు
sustenance (n.)జీవనము
swallow (vt)మ్రింగు
swamp (n)చిత్తడినేల, బురదనేల
swan (n)హంస
swarm (n)గుంపు
sway (n.)అధికారము
swear (vi.)ప్రమాణముచేయు
sweat (n)చెమట
sweep (vt)ఊడ్చు
sweet :(a)తియ్యని(n.)తియ్యనిపదార్థము
sweetheart .(n)ప్రియుడు; ప్రియురాలు
sweetness '(n.)మాధుర్యము

swell (vi)ఉబ్బు; వాచు
swelling (n)ఉబ్బు; వాపు
swerve .(vi)మార్గమునుండితప్పు
swift .(a)వేగమైన
swiftly (adv.)వేగముగా
swiftness (n.)వేగము
swim (vi)ఈదు; తేలు
swimmer (n.)ఈతగాడు
swimming (n)ఈత
swindle (v.t.)మోసపుచ్చు
swindler '(n)మోసగాడు
swine '(n)పంది
swing .(n)ఊగు
swinge (v i.)గట్టిగాకొట్టు
switch (v i.)మాఱు

swoon (n.)మూర్ఛ
swoop (vt)తన్నుకొనిపోవు
sword .(n.)ఖడ్గము
swordplay (n)కత్తిసాము
swordsman .(n.)కత్తినుపయోగించుట యందునేర్పరి
syce .(n.)గుఱ్ఱపువాడు
sycophant '(n)ఇచ్చకములాడువాడు.
syllable :(n)ఒకపదమునందలిస్వరోచ్చా రణ
syllabus (n.)పాఠ్యభాగక్రమము
sylvan :(a)గ్రామీణమైన
symbol '(n)చిహ్నము
symmetry .(n.)సౌష్ఠవము
sympathetic :(a)కనికరముగల
sympathize (vi.)కనికరించు

sympathy (n)సానుభూతి; కనికరము
symphonic .(a.)సుశ్రావ్యమైన
symptom ·(n.)లక్షణము
synchronize:(vi.)ఏకకాలమందుజరుగు
syndicate .(n.)ప్రతినిధులసభ
synonym (n)పర్యాయపదము
synopsis :(n.)సారసంగ్రహము
synthesis (n)సంయోగము
synthetic (a)కృత్రిమమైన
syphylis (n.)సవాయిరోగము
syringe :(n)పిచికారు; చిమ్మునగొట్టము
syrus :(n.)పానకము
system (n)పద్ధతి; సృష్టి
systematic .(a.)పద్ధతిప్రకారమైన
systematize :(vt.)క్రమపఱచు

T

table (n)మేజా; పట్టీ
tableland (n)పీఠభూమి
tablet (n)మందుబిళ్ల
taboo (n)నిషేధము
tabular:(a)పట్టీరూపముగావ్రాయబడిన
tabulate :(vt)పట్టీరూపమునవ్రాయు
tacit (a)దాపఱికముగానుండెడి
tack ·(vt)కలుపు; అంటించు
tackle (vt)సమాళించు
tact .(n)చాతుర్యము
tactful .(a)చాతుర్యముగల
tactics (n)నేర్పు; ఎత్తుగడ
tadpole ·(n)తోకకప్ప
tag ·(v t)చేర్చు
tail :(n)తోక
tailor ·(n)దర్జీ
tailoring .(n)కుట్టుపని
taint :(n)కళంకము
take .(vt)తీసికొను
tale :(n)కథ
talebearer ·(n)చాడీలుచెప్పువాడు
talent :(n)మేధాశక్తి
talented ·(a)మేధాశక్తిగల
talisman :(n)రక్ష; తాయెత్తు
talk ·(n)సంభాషణ(vi)మాటలాడు
talkative (a)అధికప్రసంగియైన
tall ·(a)పొడుగైన
tallow (n)జంతువులక్రొవ్వు
tally ·(vt)సరిపుచ్చు
talon .(n)పక్షిగోరు
tamarind ·(n)చింతపండు
tame .(a)సాధువైన(vt)మచ్చికపఱచు
tamper .(v.t.)చెడగొట్టు
tangent :(n)స్పర్శరేఖ
tangible.(a.)వాస్తవమైన
tangle ·(vt)చిక్కుపెట్టు
tank :(n)చెఱువు
tanker (n)నూనెఓడ
tannery :(n)తోలుపదనుచేయుస్థలము
tantamount (a)సమానమైన
tap (vt)తట్టు(n)మంచినీటికొళాయి
tape .(n)నవారు
tapeworm (n)బద్దెపురుగు
taproot (n)ప్రధానమైనవేరు
tar .(n)తారు
tardy .(a)మందమైన
target :(n)లక్ష్యము; గుఱి

tariff .(n)సుంకములపట్టీ
tarnish (vt)కళంకముకలుగజేయు
tarpaulin .(n)తారుగుడ్డ
tarry (vi)ఆలస్యముచేయు
tart .(a)పుల్లని
task :(n)పని
taste (n)రుచి; అభిరుచి
tasteful (a)రుచిగల
tasteless :(a)రుచిలేని
tasty ·(a)రుచిగల
tattered ·(a)చినిగిన
tattler .(n)వదరుబోతు
tattoo (n)పచ్చబొట్టు
taunt ·(vt)దూషించు
Taurus .(n)వృషభరాశి
tautology (n)పునరుక్తి
tavern (n)పూటకూళ్లఇల్లు; సారాయిఅంగడి
tax :(n)పన్ను(vt)పన్నువేయు
taxable (a)పన్నువేయదగిన
taxation (n)పన్నువేయుట
taxi (n)బాడుగమోటారుబండి
tea ·(n)తేనీరు; తేయాకు
teach .(vt.)బోధించు
teacher :(n.)ఉపాధ్యాయుడు
teaching .(n.)ఉపదేశము
teak :(n.)టేకుకఱ్ఱ
team .(n.)జట్టు
teapoy ·(n.)చిన్నమేజా
tear :(n.)కన్నీటిచుక్క(vt)చించు
tease ·(vt.)బాధించు
teat :(n)చనుమొన
technical :(a)సాంకేతికమైన
technique (n.)పనిపద్ధతి
technology (n.)సాంకేతికవిజ్ఞానము
tedious :(a)విసుగుపుట్టించెడి
teem ·(vi)నిండియుండు
teethe .(vi.)పండ్లుఅంకురించు
teetotaller :(n)పూర్తిగామద్యపానము మానుకొనినవాడు
telegram .(n.)తంతివార్త
telegraph :(n)తంతిమూలమున సమాచారముపంపుపద్ధతి
telephone :(n)తంతిద్వారామాట్లాడు యంత్రము
telesope .(n.)దూరదర్శిని
tell :(vt)చెప్పు
teller .(n.)ఎంచువాడు
temper ·(n)స్వభావము
temperament (n.)స్వభావము
temperance ·(n.)నిగ్రహము
temperate (a)మితమైన
temperature (n)శీతోష్ణస్థితి
tempest .(n)తుపాను
temple :(n)దేవాలయము· కోవెల
temporary (a.)తాత్కాలికమైన
tempt :(vt.)ప్రేరేపించు
temptation ·(n)ప్రేరేపణ
ten :(n& a.)పది
tenable :(a.)సాధించదగిన
tenacious :(a.)పట్టువిడువని
tenant :(n.)రైతు; బాడుగకుండు వాడు
tend :(vt.)కాపాడు
tendency ·(n.)ఉద్దేశ్యము

tender (a) కఠినమైన

(n.) చేయుచోయుట

tendon (n.) స్నాయువు కండర

tendril (n.) తీగకొన

tenement (n.) గృహస్థలము

tenet (n.) సిద్ధాంతము

tenor (n.) రీతి, స్వరూపము

tense (n.) కాలసూచికాపదము

tension (n.) సంస్థితి

tent (n.) గుడారము

tentative (a) సాహసాపరీక్షైన

tenure (n.) స్వాధీనము

tepid (a) గోరువెచ్చని

term (n.) నామము, నిర్ణీతకాలము

termagant (a) నిత్యకలహైన

terminal (a) తుదను

terminate (vt.) ముగించు

terminology (n.) పదజాలము

terminus (n.) చివర

terrace (n.) మిద్దె

terrible (a) భయంకరమైన

terribly (adv.) భీకరముగా

terrific (a) భయంకరమైన

terrify (vt.) భయపెట్టు

territory (n.) రాజ్యము

terror (n.) మిక్కిలి భయము

terrorist (n.) తీవ్రవాది

terrorize (vt.) భయపెట్టు

terse (a) సొంపుగల

tertiary (a) మూడవ

test (n.) పరీక్ష (vt.) పరీక్షించు

testament (n.) మరణశాసనము

testicle (n.) వృషణము; ముష్కము

test (vt & vi) సాక్ష్యమిచ్చు

testimonial (n.) యోగ్యతాపత్రము

testimony (n.) సాక్ష్యము

testis (n.) వృషణము; ముష్కము

test-tube (n.) పరీక్షానాళిక

tetanus (n.) ధనుర్వాతము

text (n.) మూలగ్రంథము

text-book (n.) పాఠ్యపుస్తకము

textile (a) నేయబడిన

texture (n.) నేతనవైఖరి

than (conj.) కంటె

thank (vt.) కృతజ్ఞతను తెలుపు

thankful (a.) కృతజ్ఞత గల

thankless (a.) కృతజ్ఞత లేని

thanks (n.) కృతజ్ఞత

that (n.) అది (a.) ఆ

that (n.) దంటిసైన ప్రారంభపద

the (a.) ఈ, ఈ

theatre (n.) నాటకశాల

theft (n.) దొంగతనము

their (a & pro.) వారియొక్క; వీరి యొక్క

theirs (pro.) వారిది, వీరిది

theist (n.) ఆస్తికుడు

them (pro.) వారిని; వీరిని

theme (n.) విషయము

then (adv.) అప్పుడు (conj.) అట్లయిన

theology (n.) వేదాంతశాస్త్రము

theorem (n.) సిద్ధాంతము

theory (n.) తత్త్వము; వాదము

theosophy (n.) దివ్యజ్ఞానము

therapy (n.) రోగచికిత్స

there (adv.) అక్కడ

thereabouts .(adv.)ఆసమీపమున
thereat .(adv)అక్కడ; అందుపైని
thereby (adv)అందువలన
therefore .(adv)అందువలన
thermal :(a.)ఉష్ణనం.
thermometer :(n)ఉష్ణమాని
these :(a& pro)ఈ; ఇవి
thesis :(n)వ్యాసము
they (pro.)వారు; వీరు
thick :(a)దట్టమైన
thicket :(n)చిట్టడవి; పొద
thickness .(n)మందము
thief (n.)దొంగ
thieve (vt)దొంగిలించు
thigh .(n.)తొడ
thin .(a)పలుచని
thine :(pro)నీది; నీవి
thing (n.)వస్తువు; విషయము
think (vi& vt.)ఆలోచించు
thinking (n.)ఆలోచన
thirst :(n.)దాహము; ఆశ
thirsty :(a.)దాహముగల; ఆశగల
thirteen .(a& n.)పదుమూడు
thirty :(a& n)ముప్పది
this .(pro)ఇది(a)ఈ
thorax :(n)రొమ్ము
thorn :(n.)ముల్లు
thorny .(a.)ముండ్లుగల
thorough .(a.)సంపూర్ణమైన
thoroughfare (n)రహదారి
thoroughly :(adv.)సంపూర్ణముగా
those :(pro& a)అవి; ఆ
though (conj.)అయినప్పటికిని
thought (n)ఆలోచన; ఉద్దేశ్యము
thoughtful .(a)ఆలోచనగల
thoughtless (a)ఆలోచనలేని
thousand (n& a)వేయి
thrash .(vt)గట్టిగాకొట్టు
thread (n)దారము
threadbare :(n)శిథిలమైన
threat (n.)బెదరింపు
threaten :(vt.)బెదరించు
threshold :(n.)వాకిలిగడప; ఆరంభము
thrice :(adv)మూడుసార్లు; మూడురెట్లు
thrift .(n)మితవ్యయము
thrifty (a)మితవ్యయముచేసెడి
thrill .(n.)పులకరింత
thrive (vi)వృద్ధిపొందు
throat .(n.)కంఠము;గొంతు
throb :(vi.)అదురు
throne .(n.)సింహాసనము
throng (vi.)గుంపుకూడు
throttle :(vt.)గొంతుపిసికి చంపు
through :(p.)ద్వారా
throughout :(p.)అంతటను
throw :(vt.)విసరు
thrust :(vt)త్రోయు; అణచు
thumb .(n.)బొటనవ్రేలు
thunder (n.)ఉరుము; గర్జనము
thunderbolt .(n.)పిడుగు
Thursday :(n)గురువారము
thus :(adv.)అట్లు; ఇట్లు
thwart :(vt.)భంగముచేయు
tick :(vt.)గురుతుగీటుపెట్టు

ticket (n)చీటి
tickle :(vt)ఉల్లాసపఱుచు
tide (n)పోటు
tidings :(n)సమాచారము
tidy .(a.)సొగసైన
tie :(vt)కట్టు
tier (n)వరుస
tiffin :(n.)చిఱుతిండి
tiger .(n.)పెద్దపులి
tight .(a.)బిగువుగానున్న
tighten .(vt.)బిగించు
tigress .(n)ఆడుపెద్దపులి
tile (n)పెంకు
till .(p.)వఱకు(vt.)దున్ను
tiller .(n)సేద్యగాడు
tilt (vt.)ఒక ప్రక్కకువంచు
timber :(n)కలప
time (n.)కాలము
timely :(a.)వేళమించని
timepiece :(n.)గడియారము
timetable :(n)కార్యక్రమమును తెలుపుపట్టిక
timid (a.)పిఱికియైన
timidity (n)పిఱికితనము
tin :(n.)తగరము; డబ్బా
tinge :(n)లేతఛాయ
tingle :(vi)జలదరించు
tinkle :(n.)ఘంటానాదము
tint :(n.)రంగు
tiny :(a)చిన్న
tip .(n.)కొన; మొన; బహుమానము
tipsy :(a.)మైకమెత్తిన
tiptoe :(n)కాలివ్రేలిమొన
tiptop .(a)శ్రేష్ఠమైన
tirade :(n.)దూషణ
tire .(vi)అలసటచెందు
tired :(a.)అలసిన
tiresome .(a.)అలసటకలిగించు
tissue :(n.)కణజాలము
titanic :(a.)బ్రహ్మాండమైన
title :(n.)శీర్షిక; పేరు; హక్కు
to :(p.)కి; కు; వఱకు
toast (vt)కాల్చు
toad :(n.)గోదురుకప్ప
tobacco (n.)పొగాకు
today (n)నేడు
toddy :(n.)కల్లు
toe .(n.)కాలివ్రేలు
together :(adv.)కలిసి
toil .(n.)పని(vt.)పాటుపడు
token :(n)గుఱుతు
tolerable (a.)సహింపదగిన
tolerance :(n.)సహనశక్తి
tolerate (vt)సహించు
toleration :(n)సహనబుద్ధి
toll (n.)సుంకము
tomb :(n)సమాధి
tomorrow :(n)రేపు
ton :(n.)టన్ను
tone .(n)స్వరము
tongs :(n)పటకారు
tongue :(n.)నాలుక
tonic :(n.)బలవర్ధక ఔషధము
tonight .(n.)ఈ రాత్రి
tonsure :(n.)క్షౌరము
too .(adv.)కూడ; అతి

tool (n.) పనిముట్టు
tooth (n.) పల్లు
toothache (n.) పంటినొప్పి
top (n.) అగ్రము, శిఖరము (vt.) మించు
topic (n.) విషయము
topmost (a.) ఉన్నతమైన
topple (vt.) పడద్రోయు
topsyturvy (adv.) తలక్రిందులు
torch (n.) కాగడా
torment (n.) బాధ (vt.) మిక్కిలి బాధించు
tornado (n.) భయంకరమైన తుఫాను
torpid (a.) జడమైన
torrent (n.) వడిగల ప్రవాహము
torrid (a.) అత్యుష్ణమైన
tortoise (n.) తాబేలు
torture (n.) చిత్రహింస
total (n.) మొత్తము
totality (n.) సకలము
totally (adv.) సంపూర్ణముగా
totter (vt.) తూలు, పడు
touch (vt.) తాకు; నొప్పించు
touchstone (n.) గీటురాయి
tough (a.) దృఢమైన
tour (n.) సంచారము; యాత్ర
tourist (n.) యాత్రికుడు
tournament (n.) క్రీడలపోటీలు
tow (vt.) లాగు
towards (p.) వైపు
towel (n.) తువాలు
tower (n.) గోపురము; కోట
towering (a.) ఉన్నతమైన
town (n.) పట్టణము
townsfolk (n.) పట్టణవాసులు

toxic (a.) విషపు
toy (n.) ఆటవస్తువు
trace (n.) జాడ; కొంచెము (vt.) జాడ తీయు
trachea (n.) శ్వాసనాళము
track (n.) జాడ; త్రోవ
tract (n.) ప్రదేశము
tractile (a.) సాగెడు
trade (n.) వ్యాపారము; వృత్తి
trader (n.) వ్యాపారి
tradition (n.) సాంప్రదాయము
traduce (vt.) నిందించు
traffic (n.) రాకపోకలు
tragedy (n.) విషాదాంతనాటకము
tragic (a.) దుఃఖకరమైన
trail (n.) అడుగుజాడలమార్గము
train (n.) రైలుబండ్లవరుస
training (n.) అభ్యాసము
trait (n.) చిహ్నము; లక్షణము
traitor (n.) ద్రోహి
trample (vt.& vi.) త్రొక్కు
trammel (n.) ఆటంకము
trance (n.) మైమరుపు
tranquil (a.) శాంతమైన
transact (vt.) చేయు
transcend (vi.) దాటు
transcribe (vt.) ఎత్తివ్రాయు
transfer (vt.) చోటుమార్చు
transfix (vt.) కదలకుండచేయు
transform (vt.) రూపుమార్చు
transformation (n.) రూపాంతరము
transgress (vt.) ఉల్లంఘించు
transient (a.) అశాశ్వతమైన

transit (n.)త్రోవ
transition (n.)మార్పులు
transitive (a.)సకర్మకమైన
transitory (a.)అనిత్యమైన
translate (vt.)తర్జుమాచేయు
translation (n.)తర్జుమా
transmigration (n.)పునర్జన్మము
transmit (vt.)పంపు; పోనిచ్చు
transparent (a.)వెలుతురు లోనికి ప్రసరింపజేసెడు
transpire (vi.)జరుగు
transplant (vt.)వేఱొకచోటనాటు
transport (n.)రవాణా
transpose (vi.)స్థలములుమార్చు
transverse (a.)అడ్డు
trap (n.)బోను; వల
trash (n.)చెత్త
travail (n.)కఠినమైనకష్టము
travel (n.)ప్రయాణము(vi.)ప్రయాణముచేయు
traveller (n.)బాటసారి
traverse (a.)అడ్డముగానున్న
tray (n.)తాంబాళము
treacherous (a.)ద్రోహమైన
treachery (n.)ద్రోహము
tread (vt.)త్రొక్కు
treason (n.)రాజద్రోహము
treasure (n.)నిధి
treasurer (n.)కోశాధికారి
treasury (n.)ఖజానా
treat (vt.)ఆదరించు(n.)విందు
treatise (n.)గ్రంథము
treatment (n.)ఆదరణ; చికిత్స
treaty (n.)సంధి
treble (a.& n.)మూడురెట్లు
tree (n.)చెట్టు
tremble (vi.)వణకు
tremendous (a.)గొప్ప
tremor (n.)కంపము
trench (n.)కందకము
trenchant (a.)కఠినమైన
trend (n.)ధోరణి
trespass (vi.)అతిక్రమించిపోవు
triad (n.)త్రికము
trial (n.)విచారణ; ప్రయత్నము
triangle (n.)త్రిభుజము
tribe (n.)జాతి
tribulation (n.)విపత్తు
tribunal (n.)న్యాయసభ
tributary (n.)ఉపనది; కప్పముకట్టెడురాజు
tribute (n.)కప్పము; పొగడ్త
trice (n.)క్షణకాలము
trick (n.)యుక్తి; కుయుక్తి
trickery (n.)మోసము
trickle (vi.)బొట్లుగస్రవించు
tricolour (n.)త్రివర్ణపతాకము
trident (n.)త్రిశూలము
trifle (n.)స్వల్పము
trifling (a.)స్వల్పమైన
trigger (n.)చేతిమీట
trigonometry (n.)త్రికోణమితి
trim (a.)పొగసైన
trinity (n.)త్రిమూర్తులు
trio (n.)త్రయము
trip (n.)ప్రయాణము

triple (a& n.)మూడంతలు

triumph (n)జయము

triumphant (a)గెలిచిన

trivial (a)స్వల్పమైన

troop .(n.)సైన్యము; సమూహము

trophy .(n)విజయచిహ్నము

tropical ·(a)ఉష్ణమండలసం.

trot .(n)పెద్దనడక

trouble (n)బాధ(vt)బాధపెట్టు

troublesome ·(a.)బాధాకరమైన

troupe (n.)మేళము

truant (n)సోమరి

truce (n.)తాత్కాలికయుద్ధవిరమణము

truck :(n)సరకులబండి

true (a)నిజమైన

trumpet .(n)బాకా

truncate .(vt)మొండిచేయు

trunk (n)చెట్టుబోదె; మొండెము; ఏనుగుతొండము

trust ·(n.)నమ్మకము(vt)నమ్ము

trustee ·(n)ధర్మకర్త

truth (n.)సత్యము

try (vt.)ప్రయత్నించు

tub .(n)తొట్టి

tube (n)గొట్టము; నాళము

tuber (n.)గడ్డ; దుంప

Tuesday (n)మంగళవారము

tuft .(n.)కుచ్చు

tug :(vt& vi)ఈడ్చు

tuition .(n.)బోధన

tumble ·(vi)దొర్లు

tumbler (n.)పంచపాత్ర

tumult ·(n)అల్లకల్లోలము

tune .(n.)రాగము

tunnel (n)సొరంగము

turbulent ·(a)సంక్షోభముగానున్న

turkey (n)సీమకోడి

turmeric (n.)పసుపు

turmoil (n)సంక్షోభము

turn ·(vi.)తిరుగు(vt)త్రిప్పు(n)వంతు

turpentine (n.)కర్పూరతైలము

turtle (n)సముద్రముతాబేలు

tusk .(n.)దంతము; కోఱ

tussle (n)పోట్లాట

tutelage .(n)సంరక్షణ

tutor .(n.)ఉపాధ్యాయుడు

twang (n)టంకారము

tweedle (vt)లాలించు

twelve :(n & a)పండ్రెండు

twenty .(n.& a.)ఇరువది

twice ·(adv)రెండుసార్లు

twig :(n)రెమ్మ; చిన్నకొమ్మ

twilight ·(n)సంధ్యవెలుగు

twins (n.)కవలలు

twine ·(n)పురి; దారము

twinkle .(vi.)మిణుకు మిణుకు మని ప్రకాశించు(n)తెప్పపాటు

twist :(vt)మెలిపెట్టు

twitch (vt)గుంజు

two (n& a)రెండు

twofold (a& adv.)రెండంతలు

tympanum (n.)కర్ణభేరి

type :(n.)మాదిరి; ముద్ర

typhoid .(n.)విషజ్వరము

typhoon (n.)పెనుతుఫాను

typical (a)ఉదాహరణమైన

tyrannical :(a.)క్రూరమైన
tyrannize :(vt& vi.)హింసించు
tyranny :(n.)క్రూరప్రభుత్వము
tyrant :(n.)క్రూరప్రభువు

U

ubiquitous :(a.)సర్వవ్యాపియైన
udder :(n.)ఆవు మొ. వానిపొదుగు
ugly :(a.)కురూపియైన
ulcer :(n.)వ్రణము; పుండు
ulcerate :(vi.)పుండగు
ulterior :(a.)రహస్యమైన
ultimate :(a.)కడపటి
ultimatum :(n.)కడపటితీర్పు
ultimo :(a.)జరిగినమాసమున
ultra :(a.)తీవ్రమైన
umbrage :(n.)నీడ; ఛాయ
umbrella :(n.)గొడుగు
umpire :(n.)క్రీడలపోటీలో మధ్యవర్తి
unable :(a.)శక్తిలేని
unadvisable :(a.)హితముకాని
unaffectedly :(adv.)సహజముగా
unaided :(a.)సాహాయ్యములేని
unanimity :(n.)ఏకాభిప్రాయము
unanimous :(a.)ఏకాభిప్రాయముగల
unapt :(a.)తగని
unarmed :(a.)నిరాయుధుడైన
unassuming :(a.)నిగర్వియైన
unavoidable :(a.)అనివార్యమైన
unavoidably :(adv.)అనివార్యముగా
unaware :(a.)తెలియని
unawares :(adv.)తెలియకుండ
unbearable :(a.)సహింపరాని
unbecoming :(a.)అనుచితమైన
unbending :(a.)వంగని; మొండి
unbiased :(a.)పక్షపాతములేని
unbind :(vt.)కట్టువిప్పు
unbleached :(a.)కోరా
unblemished :(a.)నిష్కళంకమైన
unblown :(a.)వికసించని
unblushing :(a.)సిగ్గులేని
unbosom :(vi.)హృదయమునువిప్పిచెప్పు
unbottomed :(a.)అగాధమైన
unbounded :(a.)అపారమైన
unbroken :(a.)ఎడతెగని
unbuild :(vt.)పడగొట్టు
unburden :(vt.)బరువుదించు
uncalled :(a.)పిలువబడని
uncanny :(a.)విచిత్రమైన
uncap :(a.)టోపీతీయు
unceasing :(a.)తెంపులేని
uncerimonious :(a.)అనాదరమైన
uncertain :(a.)సంశయమైన
unchain :(vt.)సంకెళ్లుతీసివేయు
uncharitable :(a.)కఠినమైన
unchaste :(a.)వ్యభిచరించెడు
uncivil :(a.)మర్యాదతెలియని
uncivilized :(a.)అనాగరకమైన
uncle :(a.)మేనమామ; తండ్రిసహోదరుడు
unclean :(a.)అశుభ్రమైన
uncleanliness :(n.)మాలిన్యము
unclose :(a.)తెరచు; విప్పు
unclothe :(vt.)బట్టలుతీసివేయు
uncomely :(a.)వికారమైన
uncomfortable :(a.)సౌఖ్యముగాలేని

uncommon (a)అసాధారణమైన
unconcern (n)ఉపేక్ష
unconditional (a)బేషరతుగా
unconscious (a)స్మృతితప్పిన
uncontrollable (a)అడ్డగింపశక్యము కాని
uncover (vt)ముసుగుతీయు
uncultivated (a)సాగుచేయని
undated (a)తేదీవేయని
undaunted (a)భయపడని
undeceive (vt.)భ్రమతొలగించు
undecided .(a)నిశ్చయముకాని
undefined (a)అస్పష్టమైన
undeniable (a)కాదనగూడని
under .(p& adv.)క్రింద; అడుగున
underaged (a)యుక్తవయస్సురాని
underestimate (vt)తక్కువమదింపు వేయు
undergo (vt)పొందు; అనుభవించు
underhand (a)అక్రమమైన
underline (vt)వ్రాతలో క్రిందగీతగీయు
underling .(n)నీచుడు
underlyng .(a.)ఆధారమైన
undermine .(vt)లోలోపలనాశనము చేయు
underneath (p& adv)క్రింద
underpay .(vt.)తక్కువసొమ్మునిచ్చు
underrate (vt)తక్కువగాతలచు
undersigned :(a.)అడుగునచేవ్రాలు చేసిన
understand; (vt)గ్రహించు
understanding (n.)జ్ఞానము; కలసి సమ్మతించినది
undertake (vt)పూనుకొను
undertaking (n)పూనుకొనుట
undervalue (vt)తక్కువవెలకట్టు
underwrite (vt)పూటపడు
undeserving (a)అనర్హుడైన
undevout (a)భక్తిలేని
undigested (a)జీర్ణముకాని
undiscerning (a)వివేకములేని
undisguised (a)స్పష్టమైన
undisputed (a)నిర్వివాదమైన
undo (vt)మార్చివేయు
undoubtedly (adv.)నిస్సందేహముగ
undress (vt)బట్టలుతీసివేయు
undue (a)తగని
unduly (adv.)అక్రమముగా
undulifui (a)అవిధేయుడైన
unearth (vt)వెల్లడిచేయు
uneasiness .(n)వ్యాకులము
uneasy (a)నెమ్మదిలేని
uneducated :(a)విద్యలేని
unemployed (a)నిరుద్యోగిగానున్న
unending (a.)అంతములేని
unessential (a)అనావశ్యకమైన
unexpected (a)ఎదురుచూడని
unfailing :(a)అమోఘమైన
unfair (a.)అన్యాయమైన
unfaithful .(a.)ద్రోహియైన
unfamiliar (a)పరిచయములేని
unfasten .(vt)విప్పు
unfathomable :(a.)అగాధమైన
unfavourable .(a)ప్రతికూలమైన
unfeeling (a)నిర్దయుడైన
unfinished :(a.)ముగింపబడని

unfit .(a.)తగని
unfold (vt)విప్పు; విశదపఱచు
unfortunate (a)దురదృష్టవంతుడైన
unfounded (a)నిరాధారమైన
unfriendly .(a)విరోధముగల
unfurl (vt)తెఱచు
ungraceful (a.)సొగసులేని
ungracious (a.)దయలేని
ungrammatical .(a)వ్యాకరణవిరుద్ధమైన
ungrateful (a)కృతజ్ఞతలేని
ungrudgingly (a)ధారాళముగా
unguarded :(a.)అజాగ్రత్తగానున్న
unhappy (a)చింతగల
unhealthy (a.)అనారోగ్యముగానున్న
unhesitatingly (adv)సంకోచింపకుండ
unholy (a)అపవిత్రమైన
unhurt (a.)గాయపడని
unification (n.)ఐక్యముచేయుట
uniform (a.)ఏకవిధమైన
uniformity :(n)ఏకవిధము
uniformly .(adv.)ఏకరీతిగా
unify (vt.)ఒకటిగాచేయు
unimportant .(a.)ముఖ్యముకాని
unintelligible :(a.)అస్పష్టమైన
unintentional (a.)బుద్ధిపూర్వకముకాని
uninteresting :(a)రసహీనమైన
uninterruptedly:(adv.)ఎడతెగకుండ
uninviting :(a.)ఇంపుకాని
union (n)ఐకమత్యము
unique .(a.)అద్వితీయమైన
unitedly .(adv)ఒకటిగా
unity (n.)ఏకత్వము

universal (a)సర్వసామాన్యమైన
universe (n.)విశ్వము
university (n)విశ్వవిద్యాలయము
unkind (a.)క్రూరమైన
unknowingly (adv.)తెలియకుండ
unknown (a)తెలియని
unlawful (a)చట్టవిరుద్ధమైన
unless .(conj.)కాకున్న; తప్ప
unlike (a)పోలని
unlikely (adv)బహుశాజరుగని
unlimited (a.)మితములేని
unload (vt.)బరువుదించు
unlock (vt.)తాళముతీయు
unlucky (a)దురదృష్టవంతుడైన
unmanly (a)పిఱికియైన
unmarried :(a.)పెండ్లికాని
unmask :(vt.)వేషముతీసివేయు
unmerited .(a.)అనర్హమైన
unmindful .(a)శ్రద్ధలేని
unmoved (a)కదల్పబడని
unnatural .(a)అస్వాభావికమైన
unobjectionable :(a)ఆక్షేపణలేని
unoccupied .(a)ఊరకయున్న
unopposed .(a.)నిరాటంకమైన
unpack :(vt.)కట్టవిప్పు
unpalatable (a.)ఇష్టములేని
unparallelled .(a.)అసమానమైన
unpardonable (a.)క్షమింపరాని
unpleasant :(a.)అసహ్యమైన
unpopular (a)జనసమ్మతముకాని
unprecedented (a)అపూర్వమైన
unprepared .(a.)సిద్ధముకాని
unprincipled .(a.)నీతిలేని

unproductive (a)ఫలించని
unprofitable (a)లాభములేని
unquestioned (a)సంశయింపబడని
unravel (vt)చిక్కు విడదీయు
unready (a)సిద్ధముగాలేని
unreal (a)నిజముకాని
unreasonable (a)అక్రమమైన
unrelenting (a)కర్కశమైన
unreliable (a)నమ్మరాని
unreservedly (adv)నిష్కపటముగా
unrest (n)కలత
unrivalled (a)అసమానమైన
unroll .(vt)పఱచు
unruffled (a)కలతపొందని
unruly (a)అవిధేయమైన
unsafe (a)పదిలముకాని
unsatisfactory (a)అతృప్తికరమైన
unsavoury (a)రుచిలేని
unscrupulous .(a)అధర్మమునకు ,వెనుదీయని
unseat (vt)స్థానభ్రష్టునిచేయు
unseen (a)కనబడని
unsettled (a)అనిశ్చితమైన
unskilled (a)నైపుణ్యములేని
unsound (a)దుర్బలమైన
unspeakable (a)చెప్పనలవికాని
unstable .(a.)అస్థిరమైన
unsteady (a)నిలుకడలేని
unsuccessful (a)అపజయము... పొందిన
unsuitable (a)తగని
unswerving .(a.)చలింపని
untidy (a)వికారమైన

untie (vt)విప్పు
until (p& conj)వఱకు
untimely (a)అకాలమైన
unto (p)కి; కు
untold (a)చెప్పబడని
untoward (a)దురదృష్టమైన
untrained (a)శిక్షితుడుకాని
untrue (a)నిజముకాని
untruth (n)అసత్యము
unusual (a.)అసాధారణమైన
unveil .(vt)తెఱచు
unwary (a)జాగ్రత్తలేని
unwell (a)ఆరోగ్యముగాలేని
unwieldy (a)బరువైన
unwilling (a)ఇష్టములేని
unwise (a)వివేకములేని
unwittingly (adv)తెలియకుండ
unworthy (a)తగని
unyielding (a)లొంగని
up .(adv & p)పైన; పైకి
upbraid (vt)చివాట్లుపెట్టు
upheaval .(n)తిరుగుబాటు
uphold (vt)బలపఱచు
upkeep (n)సంరక్షణ
uplift .(vt)పైకిఎత్తు
upon (p)మీద, పైన
upright (a)నీతిగల
uproar :(n)కలకలము
uproot :(vt.)సమూలముగా నాశనము చేయు
upset :(vt.)కలవరపెట్టు
upstairs :(adv.)మేడపైన
upstart :(n)అకస్మాత్తుగా పైకివచ్చినవాడు

upwards .(adv.)పైకి
urban (a)నగరసం.
ureter .(n)మూత్రనాళము
urethra (n)ప్రసేకము
urge :(vt.)ప్రేరేపించు; కోరు
urgent (a)అగత్యమైన
urine (n)మూత్రము
us (pro.)మమ్ములను; మనలను; మాకు; మనకు
usage (n)వాడుక
use (n)ఉపయోగము
useful (a.)ఉపయోగమైన
useless .(a.)ఉపయోగములేని
usher .(vt)ప్రవేశపెట్టు
usual (a)మామూలైన
usurp ·(vt)ఆక్రమించుకొను
utensil .(n.)పాత్ర; సాధనము
uterus .(n)గర్భాశయము
utility .(n.)ప్రయోజనము; ఫలము
utilize ·(vt.)ఉపయోగపఱచు
utter (vt)పలుకు
utterance .(n.)పలుకుట
utterly ·(adv)సంపూర్ణముగా
uvula ·(n.)కొండనాలుక

V

vacancy ·(n.)ఖాళీ
vacant (a.)ఖాళీగానున్న
vacate (v.t.)ఖాళీచేయు
vacation .(n.)ఖాళీచేయుట; సెలవు కాలము
vaccination ·(n)టీకాలు వేయుట
vacillant (a)సందేహించుచున్న
vacillate (v i)సందేహముతోనుండు
vacillation ·(n)సందేహము
vacuum (n)శూన్యప్రదేశము
vagabond :(n.)సోమరిగ తిరుగువాడు
vagary :(n)చపలచిత్తము
vagina .(n)యోని
vagrant .(n)దేశద్రిమ్మరి
vague (a)అస్పష్టమైన
vain (a)వ్యర్థమైన
vainglorious .(a)డంబముగల
vainglory (n.)ఆడంబరము
vainly (adv.)వృథాగా
valedictory (a)సెలవు పుచ్చుకొని పొయెడు
valiant (a)పరాక్రమముగల
valid (a.)సాధికారమైన
validate .(v t)చెల్లదగినదిగా చేయు
validity ·(n.)చెల్లదగిన స్థితి
valley .(n)లోయ
valour .(n)పరాక్రమము
valuable :(a)విలువైన
valuation :(n.)మదింపు
value :(n.)విలువ; వెల
valve (n)కవాటము
vampire :(n)భూతము
van (n)బండి; సేనాముఖము
vandalism (n)వినాశకృత్యము
vanguard .(n)ముందఱిభాగము; సేనాముఖము
vanish .(v.i.)అదృశ్యమగు
vanity :(n)ఆడంబరము
vanquish :(v.t.)ఓడించు

vapour (n.)ఆవిరి
variable (a.)[illegible](n.)[illegible]
వది
variance (n.)మార్పులు; భేదము
variation :(n.)మార్పు; వైవిధ్యము
varied :(a.)పలురకములైన
variety (n.)నానావిధసముదాయము
various (a.)నానావిధమైన
varnish (n.)వార్నిషు
vary (v.t.)మార్చు
vascular (a.)నాళమయమైన
vase (n.)పాత్ర
vassal (n.)సామంతుడు
vast (a.)విస్తారమైన
vault :(n.)నేలమాళిగ
veer .(v.i.)తిరుగు
vegetables .(n.)కూరగాయలు
vegetarian :(n.)శాకాహారి
vehemence :ప్రచండము; బలము
vehement :ప్రచండమైన
vehicle :(n.)వాహనము; మార్గము
veil :(n.)తెర; ముసుగు
vein :(n.)సిర
velocity :(n.)వేగము
vend :(v.t.)అమ్ము
venerable :(a.)పూజ్యుడైన
venerate .(v.t.)పూజించు
veneration :(n.)పూజించుట
venereal :(n.)సుఖవ్యాధి
vengeance .(n.)పగ తీర్చుకొనుట
venison (n.)దుప్పి మాంసము
venom .(n.)విషము
venomous .(a.)విషముగల
vent :(n.)[illegible]
[illegible]
ప్రవేశించుట
venture :(n.)సాహసకృత్యము
venue (n.)సమావేశమగు స్థలము
Venus (n.)శుక్రుడు
veracity (n.)సత్యము
verb :(n.)క్రియ
verbal (a.)నోటితో చెప్పిన
verbatim :(adv.)మాటకుమాటసరిగా
verdict (n.)తీర్పు
verge (n.)అంచు; పొలిమేర
verify (v.t.)నిజమని నిరూపించు
verily (adv.)నిశ్చయముగ
veritable (a.)నిజమైన
vermilion (n.)సిందూరము
vernacular :(n.)దేశభాష
versatile :(a.)గొప్ప సామర్థ్యము గల
verse (n.)పద్యము
versed :(a.)ప్రవీణుడైన
version :(n.)వృత్తాంతము
versus :(p.)విరుద్ధముగా
vertebrate :సకశేరుకము
vertex (n.)శీర్షము
vertical :(a.)నిలువుగానున్న
vertigo :(n.)తలతిరుగుట
very .(adv.)చాల
vesicle :(n.)బొబ్బ; పొక్కు
vessel :(n.)పాత్ర
vest :(n.)చేతులులేని చొక్కాయి
veteran (a.)దీర్ఘానుభవము గల
veto :(n.)రద్దు చేయు అధికారము
vex :(v.t.)కోపము పుట్టించు

via (p.)ద్వారా
vial (n.)చిన్న బుడ్డి
vibrant (a.)కంపించెడు
vibrate (v.i.)కంపించు
vicar (n.)మత గురువు
vice (n.)దుష్ట గుణము; పాపము
viceroy (n.)రాజప్రతినిధి
vicinity (n.)సామీప్యము
vicious (a.)దుష్ట
vicissitudes (n.)సుఖదుఃఖములు
victim (n.)మోసగింపబడినవాడు
victimize (v.t.)బలి చేయు
victor (n.)జయించిన వాడు
victory (n.)విజయము
victuals (n.)భోజన సామగ్రి
vie (v.i.)పోటీ చేయు
view (n.)దృశ్యము
vigilance (n.)జాగరూకత
vigilant (a.)జాగ్రత్త గల
vigour (n.)బలము; శక్తి
vigorous (a.)బలము గల
vile (a.)నీచమైన
vilify (v.t.)పేరు చెరచు
village (n.)గ్రామము
villain (n.)దుర్మార్గుడు
villainy (n.)దౌష్ట్యము
vindicate (v.t.)తప్పు కాదని తెలుపు
vindicative (a.)పగ పట్టెడు
vine (n.)ద్రాక్షతీగ
vineyard (n.)ద్రాక్ష తోట
violate (v.t.)అతిక్రమించు
violation (n.)ఉల్లంఘనము
violence (n.)హింస; దౌర్జన్యము
violent (a.)దౌర్జన్యమైన
violet (n.)[illegible]
violin (n.)ఫిడేలు
viper (n.)రక్త పెంజెర; దుష్టుడు
virgin (n.)కన్య
virginity (n.)కన్యాత్వము
Virgo (n.)కన్యారాశి
virility (n.)మగతనము
virtually (adv.)వాస్తవము చేత
virtue (n.)సుగుణము; పుణ్యము
virtuous (a.)సన్మార్గుడైన
virulent (a.)తీవ్రమైన
virus (n.)రోగమును కలిగించు సూక్ష్మాతి సూక్ష్మజీవి
visage (n.)ముఖము
viscosity (n.)జిగట
viscous (a.)జిగటమైన
visibility (n.)చూపడగిన స్థితి
visible (a.)కనబడుచున్న
vision (n.)దృష్టి
visit (v.t.)పోయి చూచు(n.)పోయి చూచుట
visitor (n.)చూడవచ్చిన వాడు
visual (a.)దృష్టి సం.
vital (a.)ప్రాణాధారమైన
vitality (n.)మగతనము; బలము
vitamin (n.)విటమిన్
vitiate (v.t.)పాడుచేయు
vituperate (v.t.)దూషించు
vivacious (a.)ఉల్లాసము గల
vivid (a.)స్పష్టమైన
vixen (n.)ఆడునక్క

vizier (n.)మంత్రి
vocabulary (n.)శబ్ద సముదాయము
vocal (a.)కంఠ ధ్వని సం
vocation (n.)వృత్తి; ఉద్యోగము
vociferous (a.)అఱచెడు
vogue (n.)వాడుక
voice (n.)కంఠధ్వని(v.t.)తెలియజేయు
void (a.)ఉత్త; వట్టి(n.)శూన్యము
volatile (a.)హరించిపోయెడు
volcano (n.)అగ్ని పర్వతము
volition (n.)ఇచ్ఛాశక్తి
volley (n.)వరుస; జడి
volume (n.)పుస్తకము; ఘనపరిమాణము
voluminous (a.)విస్తారమైన
voluntary (a.)స్వేచ్ఛాపూర్వకమైన
volunteer (n.)స్వచ్ఛంద సేవకుడు
voluptuous (a.)భోగనిరతుడైన
vomit (v.t.)వాంతిచేయు
voracious (a.)తిండిపోతైన, ఆతురము గల, అత్యాశగల
votary (n.)భక్తుడు; దాసుడు
vote (n.)ఓటు; అభిప్రాయము
voter (n.)ఓటు చేయు హక్కు గల వాడు
vouch (v.i.)సాక్ష్యము ఇచ్చు
voucher (n.)చీటి; రసీదు
vouchsafe (v.t.)అనుగ్రహించి ఇచ్చు
vow (n.)ప్రతిజ్ఞ; నియమము
vowel (n.)అచ్చు
voyage (n.)సముద్రయానము
vulgar (a.)అసభ్యమైన; నీచమైన
vulgarity (n.)అసభ్యప్రవర్తన
vulnerable (a.)భేద్యమైన
vulture (n.)రాబందు
vulva (n.)యోనిరంధ్రము

W

wabble (v.i.)ఇటునటు ఊగు
wade (v.i.)శ్రమతో నడచిపోవు
waft (v.t. & v.i.)కొట్టుకొని పోవు
wag (v.t.)ఆడించు
wage (v.t.)చేయు; పందెము కట్టు
wager (n.)పందెము
wages (n.)కూలి, జీతము
waggery (n.)హాస్యము
waggon (n.)పెద్ద బండి
wail (v.t. & v.i.)ఏడ్చు
waist (n.)నడుము
wait (v.i.)కనిపెట్టుకొని యుండు
waiter (n.)పనివాడు
waitress (n.)సేవకురాలు
waive (v.t.)పరిత్యజించు
wake (v.i.)మేలుకొను
wakeful (a.)మెలకువగానున్న
walk (v.i.)నడచు(n.)నడక
wall (n.)గోడ
wallet (n.)సంచి
wallow (v.i.)పొర్లు
walrus (n.)వాల్‌రస్ అను సముద్రపు జంతువు
wand (n.)మంత్ర దండము
wander (v.i.)తిరుగు
wanderer (n.)దేశ సంచారి
wanderings (n.)దేశ సంచారములు
wane (v.i.)క్షీణించు

want (n.)కోరిక; ఆవశ్యకము; పేదఱికము(v.t)కోరు; అక్కఱ కలిగి యుండు

wanted (a)కావలసిన

wanting .(a.)లేని

wantonly ·(adv)అకారణముగా

war (n)యుద్ధము

ward (n)ఒక విభాగము, ఒకనిసంరక్షణలో నున్న బాలుడు

warden (n)సంరక్షకుడు

warder .(n)కావలివాడు

wardrobe ·(n)దుస్తులు పెట్టుకొను బీరువ

wares .(n)సరకులు

warehouse .(n)గిడ్డంగి

warfare (n)యుద్ధము

warily (adv.)జాగ్రత్తగ

warlike (a)పరాక్రమము గల

warm (a.)వెచ్చని; ఉత్సాహము గల

warmly (adv)ఉత్సాహముతో

warn (v t)హెచ్చరిక చేయు

warning ·(n)హెచ్చరిక

warp .(n.)పడుగు

warrant (n)అధికార పత్రము(v t.)అధికారమిచ్చు

warrior (n.)యోధుడు

wary (a)జాగ్రత్త గల

wash (v.t)కడుగు; ఉతికి శుభ్రము చేయు

washerman ·(n)చాకలి

wasp (n)కందిరీగ

wastage .(n.)తఱుగు

waste ·(v t)వ్యర్థము చేయు(n)బీడు నేల; నిర్జన ప్రదేశము

wasteful ·(a)వ్యర్థమైన

watch (n)కావలి; చిన్న గడియారము

watch .(v i)కాచియుండు(v t) కాపాడు

watch-dog (n)కావలికుక్క

watchman (n)కావలివాడు

watchword (n)సంకేతము

water (n)నీరు

waterfall (n)జలపాతము

water-level (n)నీటి మట్టము

water-mill (n)జలయంత్రము

waterproof ·(a)నీరు చొరని

wave (n)అల; కెరటము(v t)ఆడించు

waver ·(v t)సంకోచించు

wax .(n.)మైనము; లక్క

way (n.)మార్గము

wayfarer ·(n)బాటసారి

waylay (v t)దారికాచి దోచుకొను

wayward (a)చెప్పినట్లు వినని

we (pro)మనము; మేము

weak .(a)బలహీనమైన

weaken ·(v.t)బలహీనపఱచు

weakling .(n)బలహీనుడు

weakness (n)బలహీనము

wealth (n.)దనము; ఐశ్వర్యము

wealthy .(a.)ధనవంతుడైన

weapon (n)ఆయుధము

wear ·(v t)ధరించు

wearied ·(a.)అలసిన

weariness :(n)అలసట

weary ·(a)అలసిన

weather (n.)వాతావరణ స్థితి
weathercock (n.)గాలికోడి
weave (v.t.)నేయు
weaver (n.)నేయువాడు
web (n.)సాలెగూడు
wed (v.t.)పెండ్లి చేసికొను
wedding (n.)పెండ్లి
wedge (n.)మేకు
wedlock (n.)పెండ్లి
Wednesday (n.)బుధవారము
weed (n.)కలుపు మొక్క
week (n.)వారము
weep (v.i.)ఏడ్చు
weft (n.)పేక
weight (n.)భారము
welcome (v.t.)స్వాగతమిచ్చు (n.)స్వాగతము (a.)స్వాగతించదగిన
weld (v.t.)అతుకు
welfare (n.)సంక్షేమము
well (n.)బావి (a.)బాగున్న
well-being (n.)సంక్షేమము
wellknown (a.)ప్రసిద్ధమైన
well nigh (a.)రమారమి
well-off (a.)మంచి స్థితిలోనున్న
well-wisher (n.)శ్రేయోభిలాషి
wend (v.i.)పోవు
west (n.)పడమర
westerner (n.)పాశ్చాత్యుడు
wet (a.)తడిగానున్న
whale (n.)తిమింగిలము
wharf (n.)పడవలరేవు
wharfage (n.)రేవు సుంకము
what (pro.)ఏమి; ఏది
whatever (pro.)[illegible]
wheel (n.)[illegible]
whelp (n.)[illegible]
when (adv. & conj.)ఎప్పుడు; ఎప్పుడో అప్పుడు
whence (adv.)ఎక్కడనుండి
whenever (adv. & conj.)ఎప్పుడైనను
where (adv. & conj.)[illegible]
whereabouts (n.)[illegible]
whet (v.t.)[illegible] పదను పెట్టు
whether (conj.)[illegible]
which (pro. & a.)ఏది
while (n.)[illegible] (conj.)[illegible]
whim (n.)[illegible]
whip (n.)కొరడా
whirl (v.t.)గిరగిర [illegible]
whirlpool (n.)నీటిలో సుడి
whirlwind (n.)సుడిగాలి
whisper (v.i.)గుసగుసలాడు
whistle (v.i.)ఈల వేయు (n.)ఈల
white (n. & a.)తెలుపు
whitewash (v.t.)సున్నము కొట్టు
whither (adv.)ఎక్కడకు
whitlow (n.)గోరుచుట్టు
who (pro.)ఎవరు; ఎవడు
whoever (pro.)ఎవరైనను
whole (a.)అంతయు
wholesale (n.)టోకు బేరము
wholesome (a.)మంచి [illegible]
whom (pro.)ఎవరిని; ఎవనిని
whoop (v.i.)కేకవేయు
whooping cough (n.)[illegible]

whoever (pro.)ఎవరైనను	wireless (n.)తంత్రి విభాగము
whole (adj.)సంపూర్ణము	...
wick (n.)వత్తి	wise .(a.)వివేకము గల
wicked (a.)దుర్మార్గమైన	wish :(n.)కోరిక(v.t & v.i.)కోరు
wide (a.)వెడల్పైన	wistful .(a.)వాంఛగల
widen (v.t.)వెడల్పు చేయు	wit (n.)చమత్కారము
widow .(n.)విధవ	witch (n.)మాంత్రికురాలు
width (n.)వెడల్పు	witchcraft (n.)మంత్ర విద్య
wield (v.t)నిర్వహించు	with (p.)తో
wife (n.)భార్య	withdraw :(v t & v.i)ఉపసంహ
wild (n.)అడవి(a.)వన్యమైన	రించు
wilderness .(n.)అడవి	wither (v i.)వాడిపోవు
wildfire (n.)దావానలము	withhold (v.t.)వెనుకకు పెట్టు
wile (n.)చపలత్వము	within (p.)లో; హద్దులోపల
wilful (a)పట్టుదలగల	without (p.)బయట; లేకుండ
will (n.)ఇష్టము; మరణశాసనము	withstand (v.t)ఓర్చు
willingness (n.)సమ్మతము	witness (n.)సాక్షి
win (v t.)గెలుచు	wittingly (adv.)కావలెనని
wince (v.i)జంకు	witty (a.)చమత్కారమైన
wind (n.)వీచుచున్నగాలి(v.t.)చుట్టు	wizard (n.)మాంత్రికుడు
windfall (n.)ఎదురుచూడని లాభము	woe .(n.)దుఃఖము
windmill :(n.)గాలి మర	wolf :(n.)తోడేలు
window .(n.)కిటికి	woman .(n.)ఆడుది
windpipe :(n.)శ్వాస నాళము	womanly (adv.)స్త్రీకి తగిన
wine (n.)ద్రాక్షసారాయము	womb :(n.)గర్భాశయము
wing (n.)తెక్క	wonder (n.)ఆశ్చర్యము
wink (v i.)కనుగీటు	wonderful (a.)ఆశ్చర్యకరమైన
winning .(a.)మనోహరమైన	woo :(v t.)పెండ్లాడుమని కోరు
winnow :(v.t.)చెరుగు	wood (n.)కొయ్య; అడవి
winsome (a.)మనోహరమైన	wood-apple (n.)వెలగపండు
winter (n.)శీతకాలము	woodpecker (n.)వడ్రంగిపిట్ట
wipe .(v t.)తుడుచు	wool .(n.)బొచ్చు; ఉన్ని
wire (n.)తీగ	word :(n.)మాట; వాగ్దత్తము